നരകകാല കലണ്ടർ

narakakala calender
stories
•
prakash marahi
•
first chintha edition
september 2018
•
typesetting & published
chintha publishers, thiruvananthapuram
•
cover
visakh raj

വിതരണം

ദേശാഭിമാനി ബുക്ക് ഹൗസ്

H O തിരുവനന്തപുരം-695 035
phone: 0471-2303026, 6063026
www.chinthapublishers.com
chinthapublishers@gmail.com

ബ്രാഞ്ചുകൾ

ഹെഡ്ഡാഫീസ് ബ്രാഞ്ച് കുന്നുകുഴി • സ്റ്റാച്യു തിരുവനന്തപുരം • കെ എസ് ആർ ടി സി ബസ് സ്റ്റേഷൻ ആലപ്പുഴ • കെ എസ് ആർ ടി സി ബസ് സ്റ്റേഷൻ എറണാകുളം • മച്ചിങ്ങൽ ലെയ്ൻ തൃശൂർ • ഐ ജി റോഡ് കോഴിക്കോട് • മാവൂർ റോഡ് കോഴിക്കോട് • എൻ ജി ഒ യൂണിയൻ ബിൽഡിങ് കണ്ണൂർ • സെൻട്രൽ ബസ് ടെർമിനൽ കോംപ്ലക്സ് താവക്കര കണ്ണൂർ

CO - 2699 / 4689
ISBN - 978-93-87842-46-5

നരകകാല കലണ്ടർ

(കഥകൾ)

പ്രകാശ് മാരാഹി

ചിന്ത പബ്ലിഷേഴ്സ്
തിരുവനന്തപുരം-695 035

പ്രകാശ് മാരാഹി

കണ്ണൂർ ജില്ലയിലെ മാടായിയിൽ ജനനം. വിവിധ ആനുകാലികങ്ങളിൽ കഥകളെഴുതാറുണ്ട്. *സാത്താൻ വാഴ്ത്തപ്പെടുന്ന ദിവസം, കാരിഗുരുക്കൾ* എന്നിവയാണ് കൃതികൾ. ഇപ്പോൾ, ഡി സി ബുക്സിന്റെ പ്രസിദ്ധീകരണവിഭാഗത്തിൽ പ്രവർത്തിക്കുന്നു.

ഭാര്യ : ജിഷ
മക്കൾ : ശ്രീലക്ഷ്മി, ശ്രീഹരി
ഇ-മെയിൽ : prakashmarahi@gmail.com

ഉള്ളടക്കം

പ്രസാധകക്കുറിപ്പ്

സമകാല സമസ്യകളുടെ നീർച്ചുഴികളാണ് പ്രകാശ് മാരാഹിയുടെ കഥകൾ. കഥകളിലെ കാല്പനിക ജഡിലതകളെ ബോധപൂർവ്വം നിരാകരിച്ച് കഥപറച്ചിലിന്റെ സങ്കീർണ്ണവഴികളെ കൃതഹസ്തതയോടെ കൈകാര്യം ചെയ്യുന്നിടത്താണ് പ്രകാശ് മാരാഹിയുടെ കഥകൾ വേറിട്ടുനില്ക്കുന്നത്. ബീഭത്സരൂപമാർജ്ജിക്കുന്ന മതാന്ധത, ഒറ്റപ്പെടൽ, പരിസ്ഥിതി തുടങ്ങി ഇന്നത്തെ വ്യഥകൾ കോരിയിടുകയാണീ കഥകളിലൂടെ പ്രകാശ് മാരാഹി. ജീർണ്ണിച്ച ജീവിത വസതികളിൽ വവ്വാലുകൾ പാർക്കുന്നതും ശശിയുടെ പ്രതിമാനങ്ങൾക്കപ്പുറം കപ്പൽച്ചേതം സംഭവിച്ച ജീവിതങ്ങളേയും ദുരിതങ്ങളുടെ കലണ്ടറുമായി വരുന്ന കാലത്തേയും നാമീ കഥകളിൽ സന്ധിക്കുന്നു. കഥാനുഭവങ്ങളുടെ പുത്തൻ വായന സാദ്ധ്യമാക്കുന്ന കഥകളാണീ സമാഹാരത്തിൽ.

ചിന്ത പബ്ലിഷേഴ്സ്

രണ്ടാം ജന്മം

വളരെ ചെറുപ്പത്തിലേ കഥ കേൾക്കാനും പറയാനുമുള്ള താല്പര്യം പ്രകടിപ്പിച്ചിരുന്നു ഞാനെന്നു എന്റെ അമ്മ പറഞ്ഞുകേട്ടിട്ടുണ്ട്. അതിനു നിദാനമായ ഒരു സംഭവവും ഉണ്ട്. കുട്ടിക്കാലത്ത്, കഥയുള്ള ഒരു ഭ്രാന്തൻ കഥപറഞ്ഞ് മയക്കി എന്നെ പുഴയോരത്തുനിന്ന് പിടിച്ചു കൊണ്ടുപോയിരുന്നു. വീടിനടുത്തുനിന്ന് കുറേ ദൂരം പുഴയും കടവും കടന്ന് അയാൾ എന്നെ കൊണ്ടുപോയി. പഴയങ്ങാടി റെയിൽവേസ്റ്റേഷനടുത്തുവെച്ചാണ് അന്നെന്നെ അച്ഛൻ കണ്ടുപിടിക്കുന്നത്. അയാളെ വിട്ടുപിരിഞ്ഞ് അച്ഛനോടൊപ്പം തിരിച്ചുപോകാൻ ഞാനും അപ്പോൾ തയ്യാറായില്ലല്ലോ. എന്റെ കൈപിടിച്ചുനടന്ന ദൂരമത്രയും അയാളുടെ കഥയിൽ ഞാൻ ബന്ധനസ്ഥനായിരുന്നു. കാരണം, നല്ലതും ചീത്തയുമായ കഥകൾ പറഞ്ഞുതരാൻ എപ്പോഴും തയ്യാറുള്ള ഒരുപറ്റം മുതിർന്ന മനുഷ്യരുമായിട്ടായിരുന്നു എന്റെ അന്നത്തെ കൂട്ട്. അവരിൽ പല തരക്കാരുമുണ്ട്. ഉന്മാദികളും കള്ളുകുടിയന്മാരും കഞ്ചാവടിക്കുന്നവരും കൊടിമൂത്ത സഖാക്കളും മറ്റും. എന്റെ അതിജീവനത്തിനുള്ള ഒരേയൊരു മാധ്യമം കഥയാണെന്ന് ഞാനപ്പോഴേക്കും തിരിച്ചറിഞ്ഞിരിക്കണം. അനുഭവങ്ങളും ഓർമ്മകളും സ്വപ്നങ്ങളുമെല്ലാം ഇഴപാകിയ പലതരം കഥകൾ അവരെനിക്കു വാമൊഴിയായി പകർന്നുതന്നിരുന്നു. എഴുത്തിൽ അതിന്റെ പത്തിലൊന്നുപോലും എനിക്ക് പകർത്തിവെക്കാൻ പറ്റിയില്ലല്ലോ എന്നൊരു ഖേദം എന്നുമുണ്ട്.

എന്തു കാണാനാണ് നീ മരുഭൂമിയിൽ വന്നത്, ഉണങ്ങിയ ഞാങ്ങണ കാണാനോ? എന്ന ഒരു ബൈബിൾവാക്യം ഒരു മനുഷ്യന്റേതുപോലെ ഒരു പുസ്തകത്തിന്റെയും ജന്മവിധിയുമായി കൂട്ടിയിണക്കിത്തന്നെയാകുമോ നിർവ്വചിക്കേണ്ടതെന്ന് എന്നെ വേവലാതിപ്പെടുത്തുന്ന

ഒരാലോചനയാണ്. രണ്ടു ദശകകാലംമുമ്പുള്ള എന്റെ എഴുത്തനുഭവത്തിന്റെ എല്ലാത്തരം പ്രശ്നങ്ങളും പ്രതിഫലിപ്പിക്കുന്ന ആദ്യപുസ്തകത്തിന്റെ രണ്ടാം പതിപ്പു വരുമ്പോൾ പ്രത്യേകിച്ചും. പുഴയും മഴയും കലുഷമായ ഗൃഹാന്തരീക്ഷവും കൗമാരത്തിന്റെ ഏകാന്തകാലങ്ങളും സ്വാധീനിച്ചവയാണ് ഈ കഥകൾ. അന്ന് പുസ്തകം വിപണിയിലെത്തിച്ച പുസ്തകപ്രസാധകനും കവിയുമായ ഷെൽവിയെ ഈ അവസരത്തിൽ ഓർമ്മവരുന്നു. വി ആർ സുധീഷ് സാറാണ് ഷെൽവിയെ പരിചയപ്പെടുത്തുന്നത്. മിഠായിത്തെരുവിലെ പുസ്തകക്കടയിലിരുന്ന് *നരകകാല കലണ്ടർ* എന്ന എന്റെ പുസ്തകം ഏറ്റുവാങ്ങി കുറച്ചുസമയം താളുകളിലൂടെ കണ്ണോടിച്ച് ഉത്സാഹത്തോടെ ഷെൽവി പറഞ്ഞ വാക്കുകൾ ഉള്ളിലുണ്ട്. എഴുത്തുവഴിയിൽ എന്നും തുണയാകാറുള്ള താഹ മാടായി, പ്രകാശ് വാടിക്കൽ, സി കെ ബോസ് എന്നീ ചങ്ങാതിമാരെയും ഓർക്കാതിരിക്കുന്നതെങ്ങനെ?

പ്രകാശ് മാരാഹി

ചുവന്ന വരകളും ഇരുണ്ട കുറികളും

വി ആർ സുധീഷ്

എന്തേ നമുക്ക് വട്ടിളകാത്തത് എന്നാണ് പ്രകാശ് മാരാഹിയുടെ തലമുറയിലെ ചില യുവ മനസ്സുകൾ കേരളത്തിലെ ഒരു കാമ്പസ് മാഗസിനിലൂടെ ഈയിടെ ചോദ്യമുയർത്തിയത്. ചിന്നംവിളിച്ച് ഏതുനിമിഷവും പൊട്ടിത്തെറിക്കാനായുന്ന ശിരസ്സുകൾ മാത്രമായി അത്രമാത്രം കാലം യുവതയെ പരുവപ്പെടുത്തിയിട്ടുണ്ട്. പതിയിരിക്കുന്ന കൊടുംമേഘങ്ങൾ അലറിപ്പെയ്യുമ്പോൾ ആ പേമഴയിലായിരിക്കും ഈ നരകകാല കലണ്ടറിലെ തീ പിടിച്ച അക്കങ്ങൾ തണുക്കുന്നത്. ഒന്നുകിൽ ബോധം കൊണ്ട് അല്ലെങ്കിൽ ഭ്രാന്തുകൊണ്ട് തെളിയണം ഇരുണ്ട ചിഹ്നങ്ങളൊക്കെയും, വഴി തെറ്റിച്ച് നമ്മെ ഈ മുനമ്പിലെത്തിച്ച കാലത്തിന് നരക കാലം എന്നു തന്നെയാണ് പേര്. അതിന്റെ കലണ്ടറാണ് പരിമിതമായ തന്റെ ലോകത്തിന്റെ ഭിത്തിയിൽ പ്രകാശ് മാരാഹി എന്ന ഈ കഥാകാരൻ കൊളുത്തിയിടുന്നത്. ഇതൊരു സ്വകാര്യ ഡയറിപോലെയാണ്. അനുഭവങ്ങളുടെ പ്രത്യക്ഷതയിൽ വൈകാരിക വർണ്ണങ്ങളൊക്കെയും ആഴത്തിൽ അലിയിച്ചെടുക്കാനുള്ള യത്നമാണ് ഇവിടെ കാണാനുള്ളത്. അതുകൊണ്ട് തീർത്തുപറയാം അനുഭവമാണ് ഈ കഥകളിൽ സ്ഥാപിക്കപ്പെടുന്ന മണ്ഡലം. ത്രിമാനങ്ങളിലേക്ക് വിടർച്ചയില്ലാതെയാകുമ്പോഴും ചിലപ്പോൾ അനുഭവം എരിഞ്ഞു കത്തുകയും സ്വന്തം സാക്ഷാൽക്കാരം നിർവ്വഹിക്കുകയും ചെയ്യും. കഥയെ വിശദീകരിക്കുന്ന രണ്ടാംതന്ത്രം കൊണ്ട് കാലത്തിൽ വറ്റിപ്പോകുന്ന വൈകാരികതയുടെ ജലാംശം ഈ എഴുത്തുകാരനും തേടുന്നു, തന്റെ ചുറ്റുവട്ടത്തിൽനിന്ന് അധികദൂരം സഞ്ചരിക്കാതെ തന്നെ.

കേരളത്തിലിന്ന് സ്വകാര്യമായ എഴുത്തുമുറികൾ പെരുകിക്കൊണ്ടിരിക്കുകയാണ്. ഭ്രാന്തു പിടിച്ചേക്കാവുന്ന സ്വത്വങ്ങൾക്കുമേൽ കഥയായി,

കവിതയായി യുവത്വം രൂപങ്ങളെ വരയുന്നു. ആ ലോകത്തിന്റെ സ്ഥൂല തയിൽ മറഞ്ഞു കിടക്കുകയാണ് ഈ നിർമ്മാതാക്കൾ. പ്രശസ്തമായ ആനുകാലികങ്ങളിൽ അവരുടെ മുഖം കണ്ടെന്നുവരില്ല. മുറിയില്ലാത്തവർ അലഞ്ഞെഴുതുന്നു. മുറിയുള്ളവർ മറഞ്ഞെഴുതുന്നു. കഥ പറഞ്ഞ് അവർ ശാന്തരോ അശാന്തരോ ആയി ഭവിക്കുന്നുണ്ട്, കവിതയിൽപ്പോലും. കടൽക്കാറ്റും കായൽക്കാറ്റും വീശിയുലയുന്ന ഒരു കടവിൽനിന്നാണ് പ്രകാശ് മാരാഹിയുടെ ശബ്ദം നാം കേട്ടുതുടങ്ങുന്നത്. മീൻ ചെതുമ്പലുകൾ പറ്റിപ്പുരണ്ടിട്ടുണ്ട് ഭാഷയിൽ. കടൽച്ചൂരും കായൽ മണവും നിർമ്മിതികളിൽ അവിടവിടെയുണ്ട്. പിൻവാങ്ങിപ്പോയ കടലിനെ കഥയിലേക്ക് തെളിച്ചുകൊണ്ടുവരാനായിരിക്കുമോ ഈ കഥാകാരന്റെ ധ്യാനം? ‘ജലരേഖകൾ’, ‘ഓടം’, ‘ആൽബട്രോസ്’ എന്നീ കഥകൾ മത്സ്യജലഗന്ധിയായി കടൽച്ചുരുളിലും കായൽക്കോളിലും ചെന്നു തൊടുന്നു. പവിഴത്തുരുത്തുകളും വെള്ളിമീനുകളും ഒറ്റയാൻ സ്രാവിന്റെ വാലിളക്കവും പുഴയുടെ പളുങ്കുമുഖവും മാലാൻപറ്റവും പായലും പാതാറും മുരുവും കുളവാഴകളും കപ്പൽച്ചേതവുമെല്ലാം സ്വത്വത്തിന്റെ ബിംബങ്ങളായി ഈ രചനകളിൽ മുദ്രിതമായിരിക്കുന്നു. കഥയിൽ തന്റെ കർമ്മമണ്ഡലത്തിലേക്കുള്ള പ്രകാശിന്റെ വഴി ഇവയിൽ തെളിഞ്ഞിരിക്കുന്നു. ഞാൻ വഴി പറയുകയല്ല. വഴി തെറ്റിക്കുന്നതുമല്ല. ആ കടലിനെയും കായലിനേയും ആഞ്ഞുകവരാനുള്ള നയമ്പ് കൈയിൽ കണ്ടതുകൊണ്ട് അഭിലഷിച്ചുപോകുകയാണ്. നമ്മുടെ കഥയിൽനിന്ന് ഈ മണങ്ങളൊക്കെയും വറ്റിപ്പോയിട്ട് കാലമെത്രയായി?

കിഴവനും കടലുമായിട്ടാണ് പ്രകാശും വരുന്നത്. വവ്വാലുകളുടെ വീട്ടിലും പാതിരയിലും വെളുത്ത ഇലയിലുമെല്ലാം ഒരു കിഴവൻമുഖം നമ്മെ തുറിച്ചുനോക്കുന്നുണ്ട്. ഒരു കിഴവന്റെ ആസന്നമരണ ചിന്തകളുമുണ്ട്. ജീർണ്ണതയ്ക്ക് രൂപകമല്ല പ്രാകൃതോർജ്ജത്തിന് സാരാംശമാണ് ഈ കിഴവൻ. പ്രാകൃത മനുഷ്യനാണ് ഏറ്റവും ആരോഗ്യവാൻ എന്ന് ഫ്രോയ്ഡ് പറഞ്ഞത് ഓർമ്മിക്കുക. കടലിൽ മീൻപിടിക്കാൻ പോയ പഴയ കിഴവനിൽനിന്ന് പ്രകാശിന്റെ കടവത്തെ കിഴവനിലേക്ക് എത്തിച്ചേരുമ്പോൾ സ്വപ്നം കാണേണ്ട സിംഹവനങ്ങളെ കാലം യുവത്വത്തിനു മുന്നിൽ എട്ടുകാലി വലയാക്കി മാറ്റിയിരിക്കുന്നു. ജീർണ്ണിച്ച ജീവിതവസതികളിൽ വവ്വാലുകൾ പാർക്കുന്നു. രതിയുടെ പ്രതിമാനങ്ങൾക്കപ്പുറം കപ്പൽച്ചേതം സംഭവിച്ച ജീവിതങ്ങളെയും അനുഭവത്തിന്റെ അമാവാസികളെയും എടുത്തെഴുതുന്നു. *നരകകാല കലണ്ടർ* എന്നകഥ കവിതയിലെന്നപോലെയാണ് രൂപത്തെ വരിക്കുന്നത്. ബാലചന്ദ്രൻ എഴുതിയതുപോലെ കലണ്ടറിൽനിന്നും കറുത്ത പക്ഷികൾ ഇവിടെയും അടർന്നു വീഴുന്നത് കരിയടുപ്പിലേക്കുതന്നെ. ദുരിതങ്ങളുടെ കലണ്ടറുമായി വരരുതേ എന്ന് കാലത്തോട് കേഴാനോ പ്രതിരോധിച്ച് കൈയുയർത്താനോ അശക്തമെങ്കിൽ ഇക്കാലത്തെന്തിനാണ് ഒരു കഥയും കഥാമനസ്സും? സ്വർഗ്ഗ സീമകളിൽ സ്പർശിക്കാനായുന്ന സ്വപ്നങ്ങൾക്കിപ്പുറം യുവത്വം

അതിന്റെ ഭക്തിയാലോ യൗവനത്തോടുള്ള തിളച്ച പ്രതിബദ്ധതയാലോ അതുകൊണ്ട് ഇങ്ങനെയൊരു നരകകാല കലണ്ടർ തീർക്കുന്നു. പ്രസാദ രേഖകൾ ഒട്ടുമില്ലാത്ത ഇരുണ്ട അനുഭവചിത്രങ്ങൾ.

ഒന്നുകിൽ പഴയ കഥകളുടെ നേര്യതിലേക്ക് അല്ലെങ്കിൽ ആ കാൽ പനിക ലാവണ്യ ഗോത്രത്തിലേക്ക്. അതുമല്ലെങ്കിൽ ആധുനികരുടെ പട യൊഴിഞ്ഞ ശിബിരത്തിലേക്ക് പിന്തിരിഞ്ഞ് നടക്കാനാണ് കഥയിലെ ഏറ്റവും പുതിയ തലമുറ മിക്കവാറും ഇഷ്ടത്തോടെ വെപ്രാളപ്പെടുന്നത്. മുമ്പുള്ളവർ അനുഭവിച്ചെറിഞ്ഞ രൂപങ്ങളെയും ആഹരിച്ചെറിഞ്ഞ ആശ യങ്ങളെയും വാരിയണിയാൻ അവർക്ക് ഒരു മടിയുമില്ല. പഴയ കാല്പ നികശൈലിയിൽ അറുപതുകളിലെ ആധുനികരുടെ അന്യവല്ക്കരണ പ്രതിസന്ധി ഇപ്പോഴും അവരിൽ ചിലർ നിർലജ്ജം ആവിഷ്കരിച്ചു കള യുന്നു. ഇരുണ്ട അനുഭവങ്ങളോട് സംവദിക്കുമ്പോൾ പ്രകാശും പുതിയ ഭാഷയുടെ വാതായനങ്ങൾ വലിച്ചു തുറന്നിട്ടില്ല. പക്ഷേ, അതിനായുള്ള കുതറൽ 'ജലരേഖകൾ', 'കളംപാട്ട്' 'മൃഗശാല', 'പ്രാകൃത ലിപി' തുട ങ്ങിയ കഥകളിൽ ഉണ്ട്. അതുകൊണ്ട് പരിമിതികളേക്കാളേറെ ഈ കഥാ കാരന്റെ സാദ്ധ്യതകളിലേക്കാണ് നാം പ്രതീക്ഷയോടെ കൺപാർക്കേ ണ്ടത്. കടലിന്റ മണവും കരയുടെ ചൂരുമായി മറ്റൊരു രൂപത്തിൽ ഇയാൾ ഇനിയും വരുമെന്ന കാര്യത്തിൽ അവിശ്വാസം വേണ്ട.

മൃഗശാല

ഫത്തേപ്പൂർ സിക്രിയിൽനിന്ന് ലാൽഗഞ്ചിലേക്കുള്ള ടിക്കറ്റെടുത്ത് തിരിച്ചു വരുമ്പോഴാണ് മൃഗശാലയിലേക്കു ക്ഷണിച്ചുകൊണ്ടുള്ള ചങ്ങാതിയുടെ കത്ത് കൈയിൽനിന്ന് എവിടെയോ നഷ്ടപ്പെട്ടതായി അയാളറിഞ്ഞത്.

പോക്കറ്റിലിട്ടിരുന്നുവെന്നാണ് ഓർമ്മ. യാത്ര ചെയ്യേണ്ട വിധം വ്യക്തമായി അവൻ അതിൽ കുറിച്ചിട്ടിരുന്നു. ലാൽഗഞ്ചിന്റെ വളരെയടുത്തുതന്നെയാണ് ഘാസിയാബാദ്; അതോ ഘാസിപ്പൂരോ? അയാൾക്ക് സംശയവും ഉൽക്കണ്ഠയും ഒപ്പം തന്നോടുതന്നെ നീരസവും തോന്നി. ചങ്ങാതിയുടെ പെട്ടെന്നുള്ള സ്ഥലം മാറ്റമാണ് എല്ലാം തുലച്ചത്; നശിച്ച മറവിയും. രണ്ടും അടുത്തടുത്ത നഗരങ്ങളാണ്. പക്ഷേ, എവിടെയാണതെന്നു മറന്നു.

തലേന്നു വൈകിട്ട്, നനവും മെഴുക്കും പുരണ്ട മുറിയിലേക്ക് വന്നു കയറുമ്പോഴേ ഗഢ്‌വാളിത്തള്ളയോട് അയാൾ പറഞ്ഞിരുന്നു: “നാളെ ദീദിക്ക് മകളെ കാണാം.”

ദീദി, അത്ഭുതത്തോടെ നരച്ച കൃഷ്ണമണികൾ തള്ളിച്ചുകൊണ്ട് അയാളെ നോക്കുകയുണ്ടായി. കൈയിലെ ഈച്ചയാർക്കുന്ന കോപ്പയിലേക്ക് ചായ പകരാൻ മറന്നതുപോലെ ഒരു നിമിഷം അവർ അനക്കമറ്റ് നിന്നു.

“ഞാനൊരു യാത്ര പോകുന്നു, ഒരു മൃഗശാല കാണാൻ. പിന്നെ ഒരാഴ്ചകഴിഞ്ഞേ വരത്തുള്ളൂ. നേരം വെളുക്കുന്നതിനുമുമ്പ് ദീദി വന്ന് എന്നെ കതകിനു മുട്ടിയുണർത്തണം. എന്താ?”

വൃദ്ധയുടെ ക്ഷീണിച്ചമുഖത്ത് അപ്പോൾ സന്തോഷം വിടർന്നു. ഗഢ്‌വാളിൽനിന്ന് കെട്ടിച്ചയച്ചതിനുശേഷം അവർക്ക് മകളെ ഒന്നു നേരാം

വണ്ണം കാണാൻകൂടി കഴിഞ്ഞിട്ടില്ല. അത്രയ്ക്ക് പണിത്തിരക്കായിരുന്നല്ലോ. ഒടുവിൽ അവളുടെ ഗർഭകാലത്തെങ്കിലും...

"ശുക്രിയാ ബാബുജി"

വൃദ്ധ പറഞ്ഞു.

ഒഴിഞ്ഞ ചായപ്പാത്രവുമായി അവർ കോണിയിറങ്ങി താഴേക്കു പോയപ്പോൾ അയാൾ മുറിയിൽ തനിച്ചായി. പൂപ്പലിന്റെ മണം പടർന്ന ബെഡ്ഡിൽ മച്ചിൽ നോക്കി നീണ്ടുവർന്നു കിടന്നു അയാൾ. കഴിഞ്ഞ രാത്രി മഴ തകർത്തു പെയ്തതിനാലാണ് ബെഡ്ഷീറ്റ് നനഞ്ഞത്. ചോരാത്ത ഒരു ഭാഗംനോക്കി കട്ടിലിന്റെ സ്ഥാനം മാറ്റിയിടണമെന്ന് എന്നും കരുതും. പക്ഷേ, ഷിഫ്റ്റുകഴിഞ്ഞ് കോണികയറി മുറിയിലെത്തുമ്പോഴേക്കും തളർന്നിരിക്കും. പിന്നെ ഒന്നും ചെയ്യാനാവാതെ വൃദ്ധ പകർന്നുവെച്ച തണുത്ത ചപ്പാത്തിയും കഴിച്ച് കട്ടിലിലേക്കു വീഴും. അന്നും അങ്ങനെയൊക്കെത്തന്നെയാണ് സംഭവിച്ചത്.

അലങ്കോലപ്പെട്ടുകിടന്ന മുറിയിലെ വസ്തുക്കളിലോരോന്നിലും അയാളുടെ കണ്ണുകളുഴറി നടന്നു. മേശപ്പുറത്ത് പലയാവർത്തി വായിച്ചുകഴിഞ്ഞ ചങ്ങാതിയുടെ കത്ത് കിടന്നിരുന്നു. മൃഗശാല കാണാനെത്തുമെന്ന് മറുപടിയെഴുതാനുള്ള സാവകാശമില്ലാതിരുന്നതിനാൽ അപ്രകാരം ചെയ്യേണ്ട കാര്യമുണ്ടായിരുന്നില്ലെന്ന് ജോലിത്തിരക്കിനിടയിൽ തീർച്ചയാക്കുകയും ചെയ്തു. ആ വിവരം അവനെ ഫോൺവിളിച്ചറിയിക്കുകയെങ്കിലും ചെയ്യാമായിരുന്നു. അയാളുടെ മനസ്സിൽ അസ്വസ്ഥതയുടെ ചാറ്റൽമഴ പെയ്തു തുടങ്ങി. അവനെഴുതിയതുപോലുള്ള ഒരു മൃഗശാലയെപ്പറ്റി അയാൾ ഇതേവരെ കേട്ടിരുന്നില്ല. എല്ലാ അവധിദിനങ്ങളിലും പ്രലോഭനങ്ങളോടുകൂടിയ അവന്റെ വിളിയുണ്ടാകും. അനേകമേക്കർ സ്ഥലങ്ങളിൽ അനേകം മൃഗങ്ങളുമായി പരന്നുകിടക്കുന്ന വിചിത്രമായ ഒരു മൃഗശാല. അവനെപ്പോഴും ഒഴിവുസമയം ചെലവഴിക്കാറുള്ളത് അവിടം സന്ദർശിച്ചാണത്രേ. ഓടുന്നവ, ചാടുന്നവ, കരയുന്നവ, നീന്തുന്നവ, പറക്കുന്നവ, പറക്കാത്തവ, ചിരിക്കുന്നവ, കരയുന്നവ, ഉറങ്ങുന്നവ, ഉറങ്ങാത്തവ... അങ്ങനെയങ്ങനെയുള്ള ഒരു മഹത്തായ കൂടാരമായിരുന്നിരിക്കണം അത്.

മുറിക്കു വെളിയിൽ ശൈത്യത്താൽ വിറങ്ങലിച്ച തെരുവാണ്. അടഞ്ഞ വാതിലിനു കീഴെ കോണിപ്പടികൾ പലവുരു ഞരങ്ങുന്നതും ആരോ പിറുപിറുക്കുന്നതും അയാൾ കേട്ടിരുന്നു. വൃദ്ധ ഭയങ്കര ഉത്സാഹത്തിമിർപ്പിലാണ്. ഒരുപക്ഷേ, ആ രാത്രി ഒരുപോള കണ്ണടയ്ക്കാൻ പോലും അവർക്കു സാധിച്ചേക്കില്ല. താഴെ നിന്ന് ആരോടോ എന്തോ പറഞ്ഞ് ചിരിക്കുന്നതും കേട്ടിരുന്നു.

മുറിയിൽ മങ്ങിയവെളിച്ചം വിതറുന്ന ബൾബിനു ചുറ്റും ഒരു നിശാശലഭം വട്ടം കറങ്ങിക്കൊണ്ടിരുന്നത് നോക്കിക്കിടന്ന് അയാൾ ഉറങ്ങിപ്പോയി.

പുലർച്ചെ ആരോ തൊട്ടുവിളിച്ചതുപോലെ പൊടുന്നനെയുണർന്ന്

നോക്കുമ്പോൾ മുറിയിലാകെ നിശാശലഭങ്ങളുടെ സുതാര്യമായ ചിറകുകൾ നിറഞ്ഞുകിടന്നിരുന്നു. ധൃതിയോടെ പോകാനുള്ള തയ്യാറെടുപ്പിനിടയിലെ കോലാഹലം കേട്ടാണ് വൃദ്ധ ഉണർന്നത്.

ക്ഷൗരം ചെയ്യാൻ മുഖത്ത് സോപ്പുപത തേയ്ക്കുമ്പോൾ അവർ കോണികയറി വന്നു.

“തീവണ്ടിക്ക് സമയമിനിയുമുണ്ട് ബാബുജി. ഇന്നലെ ഒറക്കം തീരെ ശരിയായില്ല. പുലർച്ചെ മതികെട്ടുറങ്ങിപ്പോവുകയും ചെയ്തു.”

പല്ലുതേപ്പും കുളിയും കഴിഞ്ഞ് അയാൾ യാത്രയ്ക്ക് ഒരുങ്ങിവന്നപ്പോഴേക്കും അവർ പ്രാതലൊരുക്കിയിരുന്നു. അധികം വൈകാതെ തെരുവിൽ അനക്കം കേട്ടുതുടങ്ങി. പ്രാതലിനുശേഷം അയാൾ അനുഭാവപൂർവ്വം വൃദ്ധയോട് യാത്രപറഞ്ഞ് മെല്ലെ കോണിയിറങ്ങി തെരുവു മുറിച്ചു കടക്കുന്നതുവരെ അവർ വാതില്ക്കൽ നിന്നു.

ആ കത്ത് എവിടെയാണ് മറന്നത്?

സൂട്ട്കേസിൽ, പേഴ്സിൽ, ജീൻസിന്റെ പോക്കറ്റിൽ ഒക്കെ അയാൾ പരതിയതാണ്. അവിടെങ്ങും ചങ്ങാതിയുടെ കത്തുണ്ടായിരുന്നില്ല. ലാൽഗഞ്ചിലേക്കുള്ള ട്രെയിൻ ടിക്കറ്റ് കൈയിലിരുന്ന് വിയർത്തു. ഓവർബ്രിഡ്ജിലും പ്ലാറ്റ്ഫോമിലും കാണപ്പെട്ട മനുഷ്യമുഖങ്ങൾക്ക് ഇതേവരെ കാണാൻ കഴിഞ്ഞിട്ടില്ലാത്ത ആദിമ മനുഷ്യരുടെ ഛായയുണ്ടെന്ന് അയാൾക്കു തോന്നി. വലിയ സിനിമാപോസ്റ്ററുകൾ കൊണ്ടലങ്കരിച്ച ചുമരിൽ ഏതോ പെൺകുട്ടിയുടെ മുറിച്ചുവെച്ച അവയവങ്ങളുടെ പൊള്ളുന്ന ചിത്രങ്ങളായിരുന്നു. വേവലാതിയോടെ മുഖം തിരിക്കെ ഇടതൂർന്ന വാഹനങ്ങളുടേയും മനുഷ്യരുടേയും തിരക്കിൽ കുതറിത്തെറിച്ച് അപ്പോൾ അയാൾക്കുള്ള തീവണ്ടി വരുന്നുണ്ടായിരുന്നു.

ഇനി ആലോചിച്ചുനില്ക്കുന്നതിൽ അർത്ഥമില്ല. ലാൽഗഞ്ചിൽച്ചെന്നിട്ട് സുഹൃത്തിനെ വിളിക്കാം, അങ്ങനെ തീർച്ചപ്പെടുത്തി അയാൾ ഒഴിഞ്ഞ കമ്പാർട്ടുമെന്റ് നോക്കി പ്ലാറ്റ്ഫോമിലേക്കു കയറി.

അത്ര രാവിലെയായതിനാലാവണം കമ്പാർട്ടുമെന്റുകളിലാകെ അകലെയുള്ള കരിമ്പുതോട്ടത്തിൽ പണിക്കുപോകുന്ന തൊഴിലാളികളെക്കൊണ്ട് നിറഞ്ഞിരുന്നു. അവരെ മുട്ടിയുരുമ്മിയും അസ്സഹനീയമായ ഉച്ചത്തിലുള്ള വർത്തമാനത്തിൽ മടുപ്പനുഭവപ്പെട്ടും ഇരിക്കാനൊരിടം കിട്ടാതെ ഒരു കമ്പാർട്ടുമെന്റിൽ അയാൾ കയറിക്കൂടി. അപ്രതീക്ഷിതമായി പിന്നെയും തിക്കിക്കയറിയവരുടെ തള്ളലേറ്റ് അയാൾ പിന്നോക്കം വീണുപോയി. കൈയിലിരുന്ന പെട്ടി ഒരു സേട്ട്ജിയുടെ ചുവന്ന കഷണ്ടിയിലാണ് തട്ടിയത്. സേട്ട്ജിയുടെ ക്രുദ്ധമായ നോട്ടത്തിനുനേരെ വിവശമായ ഒരു ചിരിയെറിഞ്ഞ് അയാൾ മുഖം താഴ്ത്തി നിന്നു.

ഭീകരമായ അലർച്ചയോടെ ഓടിത്തുടങ്ങിയ തീവണ്ടിക്ക് പിന്നെപ്പിന്നെ പ്രത്യേകമായ ഒരു താളം കൈവന്നു. കരിമ്പുതോട്ടത്തിൽ പണിയെടുക്കുന്ന തൊഴിലാളികളുടെ ഒച്ചയടങ്ങുകയും പിന്നിലേക്കു മറയുന്ന തരിശുനിലങ്ങളിലേക്ക് അവരുടെ ഇരുണ്ട മുഖങ്ങൾ നീണ്ടുചെല്ലുകയും

ചെയ്തു.

"പേർ പർ ലഹ്കർ
ബച്ചാ ഗിർ പഡാ
വോ ഊപർ സേ ഗിർ പഡാ
കബൂത്തർ നെ വൃക്ഷ് സെ
ഏക് പത്താ തോഡ് ഡാലാ"*

എന്നു തുടങ്ങുന്ന ഒരു കവിതാശകലവുമായി അപ്പോൾ ഒരു താടിക്കാരൻ അയാൾക്കരികിലേക്കു വന്നു. പാനിന്റെ ബ്രൗൺ നിറമുള്ള തുപ്പൽ പുരണ്ട് താടിക്കാരന്റെ മുഖം വികൃതമായിരുന്നു. ഭ്രാന്തമായ ദൃഷ്ടി ഒരു നിമിഷം ഏറ്റുവാങ്ങി താടിക്കാരൻ കമ്പാർട്ടുമെന്റ് നടുങ്ങുമാറുച്ചത്തിൽ ചിരിക്കുകയും യാത്രക്കാരുടെ നേരെ വീണുപോയ കുഞ്ഞിനെക്കുറിച്ച് സങ്കടത്തോടെ വീണ്ടും പാടാനാരംഭിക്കുകയും ചെയ്തു.

തീവണ്ടി ഒരു പാലംകടക്കുകയായിരുന്നു. താഴെ ജലംവറ്റിയ ഏതോ നദിയാണ്.

പെട്ടിയിൽ കൈയമർത്തി പിന്നോക്കം ചാരിയിരുന്ന് ഓരോന്നാലോചിക്കുകയായിരുന്നു അയാൾ.

ഗഢ്വാളിത്തള്ള ഭാണ്ഡവും മുറുക്കി മകളെക്കാണാൻ രാവിലെ തന്നെ പുറപ്പെട്ടിരിക്കും. അവർക്കും അന്നു രാത്രിയോടെയേ വീട്ടിലെത്താനാവുകയുള്ളൂ. വീടിന്റെ വാതിലും ജനലുകളും അവർ ഭദ്രമായി അടച്ചിരുന്നോ ആവോ? ഇനിയുള്ള രാത്രികളിലും മഴപെയ്ത് പരുത്തിക്കിടക്ക നനഞ്ഞു കുതിരും. റെയിൽവേ സ്റ്റേഷനിൽ കാത്തിരിക്കാൻ അവനോട് പറയാമായിരുന്നു. ലാൽഗഞ്ചിൽനിന്നും അടുത്തുതന്നെയായിരിക്കുമോ ഘാസിയാബാദ്, അല്ല ഘാസിപ്പൂർ...?

നേരം കഴിയുംതോറും കമ്പാർട്ടുമെന്റിൽ തിരക്ക് കുറഞ്ഞു കുറഞ്ഞു വന്നു. കരിമ്പുതോട്ടത്തിലെ തൊഴിലാളികൾ ഏതോ സ്റ്റേഷനിൽ എപ്പോഴോ ഇറങ്ങിപ്പോയിരുന്നു. ഒച്ച കേൾപ്പിക്കാതെ ഓറഞ്ചുതൊണ്ടുകളും കരിമ്പിൻചണ്ടിയും നിറഞ്ഞ ഒരുമൂലയിൽ ചുരുണ്ടുകൂടി താടിക്കാരൻ ഉറങ്ങുന്നുണ്ട്.

ലാൽഗഞ്ചിലെ ജങ്ഷനിൽ തീവണ്ടി വന്നുനിന്നിട്ടും അപരിചിതമായ ആൾക്കൂട്ടത്തിലേക്കിറങ്ങിച്ചെല്ലാൻ അയാൾ ഒരുനിമിഷം മടിച്ചു. ദുരൂഹമായ മറവിയുടെ ചുഴിയിൽപ്പെട്ടതുപോലെ പിന്നെ അയാളിറങ്ങി.

സ്റ്റേഷനുപുറത്ത് ഒരുപാടു സൈക്കിൾ റിക്ഷകൾ തലങ്ങും വിലങ്ങും ഓടിക്കൊണ്ടിരുന്നു. വഴിവാണിഭക്കാർ കർണ്ണകഠോരമായി ഒച്ച വെച്ചു. മുഖത്ത് ചായംതേച്ച നപുംസകങ്ങൾ ആൾക്കാരെ തൊട്ടും തലോടിയും കടന്നുപോയി. ജീർണ്ണിച്ച കെട്ടിടങ്ങൾ വെപ്രാളത്തിന്റെ അനേകം കെട്ടുമാറാപ്പുകളും ചുമന്നു തളർന്ന മനുഷ്യരെ ശ്വാസംമുട്ടിച്ചുകൊണ്ട്

---

* മുകളിൽനിന്നും ഒരു കുഞ്ഞ് താഴോട്ടു വീണുപോയി. ഒരു പ്രാവ് വൃക്ഷത്തിൽനിന്നും ഒരില അടർത്തുംപോലെ...

തലയുയർത്തിനിന്നു. ഉയരംകുറഞ്ഞ ഒരു ഫ്ളാറ്റിൽനിന്ന് ഒരു പെൺ കുട്ടി താഴേക്കുനോക്കി നീട്ടി വിളിച്ചു, "ആവോ സാർ!"

അയാൾ അമ്പരപ്പോടെ റോഡരുകിൽ അങ്ങനെ നില്ക്കുമ്പോൾ ഒരു സൈക്കിൾറിക്ഷ മുമ്പിൽ സഡൻ ബ്രേക്കിട്ടു നിന്നു. പൊക്കം കുറഞ്ഞ് മുതുകിൽ കൂനുള്ള ഒരു എലുമ്പൻ റിക്ഷാക്കാരൻ.. റിക്ഷാ ക്കാരനിറങ്ങി അയാളെ നോക്കി ഹിന്ദിയിൽ ചോദിച്ചു:

"ഘാസിപ്പൂരിലേക്കല്ലേ?"

"അതെ"

അയാൾ ആശ്ചര്യത്തോടെ പെട്ടെന്നു മറുപടി പറഞ്ഞു. പിന്നീട് അങ്ങനെ പറഞ്ഞത് അബദ്ധമായെന്ന് മനസ്സിലാക്കി ഘാസിപ്പൂരല്ല ഘാസിയാബാദിലേക്കാണു പോകേണ്ടതെന്നു മാറ്റിപ്പറഞ്ഞു. റിക്ഷാ ക്കാരൻ വളരെ ആയാസപ്പെട്ട് തിരിച്ചിട്ട് അയാളെ വണ്ടിയിൽക്കേറാനായി ക്ഷണിച്ചു. തെരുവു കുട്ടികൾ ഈച്ചയാർക്കുന്നതുപോലെ കൂടിനിന്ന ഒരു മിഠായിക്കടയുടെ ഓരത്ത് സൈക്കിൾറിക്ഷ ചേർത്തു നിർത്തി അയാ ളോട് കയറാൻ കൈയാംഗ്യം കാട്ടിയ റിക്ഷാക്കാരന്റെ കണ്ണിലെ ഭാവപ്പ കർച്ച അയാളെ തെല്ല് അലോസരപ്പെടുത്താതെയിരുന്നില്ല.

സ്റ്റേഷനിൽ വണ്ടിയിറങ്ങുമ്പോഴേ വിശപ്പുകൊണ്ട് അയാളുടെ ശരീരം വിറച്ചുതുടങ്ങിയിരുന്നു. സമയം ഉച്ചതെറ്റിയിരിക്കുന്നു. രാവിലെ രണ്ടു ചപ്പാത്തി കഴിച്ചതല്ലാതെ മറ്റൊന്നും ആ നേരംവരെ കഴിക്കാൻ കഴിഞ്ഞിട്ടില്ല. അയാൾ, പിന്നിടുന്ന തിരക്കിലേക്ക് പകച്ചുനോക്കി, റിക്ഷ യുടെ പഞ്ഞിയിളകിയ പിൻസീറ്റിലേക്ക് ചാഞ്ഞിരുന്നു.

"ബാബുജി ഘാസിയാബാദിലാരെക്കാണാനാണ്?"

റിക്ഷാക്കാരൻ വണ്ടിയോട്ടുന്നതിനിടയിൽ ചോദിച്ചു.

അയാൾ ചങ്ങാതിയുടെ പേരു പറഞ്ഞു.

"ബാബുജിയും മുസ്ലീമാണോ?"

അയാൾ അതിനുത്തരം പറഞ്ഞില്ല.

റിക്ഷാക്കാരൻ ഉഷാറോടെ പിന്നെയും പറഞ്ഞുതുടങ്ങി:

"ഘാസിപ്പൂരിലിന്ന് വിനായക ചതുർത്ഥിയാണ്. ഇന്നെല്ലാ സഞ്ചാ രികളും അവിടേക്കായിരിക്കും. തെരുവു മുഴുവൻ വിനായകന്റെ വിഗ്ര ഹവുംകൊണ്ടുള്ള പ്രദക്ഷിണമുണ്ട്. വൈകിട്ട് ഗോമതിയിലാണൊഴു ക്കുക..."

റിക്ഷാക്കാരൻ പിന്നെയും എന്തൊക്കെയോ പറഞ്ഞുകൊണ്ടിരുന്നു. അത്തരമൊരു ആഘോഷത്തെക്കുറിച്ച് ആദ്യമായി കേൾക്കുകയായിരു ന്നതിനാൽ അയാൾ വെറുതെ തലയാട്ടുകമാത്രം ചെയ്തു.

പെഡൽ ആഞ്ഞാഞ്ഞു ചവിട്ടിക്കൊണ്ടിരുന്ന റിക്ഷാക്കാരൻ ഇട യ്ക്കിടെ നീളമുള്ള ചുരുട്ടു പുകച്ച് നീട്ടി പുകയൂതിക്കൊണ്ടിരുന്നു. ഞര മ്പുകൾ പിണഞ്ഞ ശോഷിച്ച അയാളുടെ കാലുകൾ ഒരു യന്ത്രത്തിൽ ഘടിപ്പിച്ചതുപോലെ കറങ്ങിക്കൊണ്ടിരുന്നു.

പെട്ടെന്ന് മറ്റൊരു റിക്ഷാവണ്ടി അവർക്കു മുന്നിലിരച്ചുനിന്നു. വണ്ടി

യിലിരുന്ന മേദസ്സുള്ള ഒരാൾ ബെൽട്ടുയർത്തി കൂനൻ റിക്ഷാക്കാരനെ പുലഭ്യം പറയാൻ തുടങ്ങി. റിക്ഷാക്കാരൻ പക്ഷേ, വണ്ടി നിർത്തിയില്ല.

റിക്ഷാക്കാരനു നേരെ കാറിത്തുപ്പിയിട്ട് മറ്റേ വണ്ടിയിലിരുന്ന ആൾ കോപത്തോടെ ചാടിയിറങ്ങുകയാണ്. അപ്പോഴേക്കും കൗശലപൂർവ്വം സൈക്കിൾറിക്ഷ വെട്ടിച്ച് പെഡലിൽ ആഞ്ഞുചവിട്ടി എതിരാളിയേയും കടന്ന് കൂനൻ ഒരു ഊടുവഴിയിലൂടെ രണ്ടാംതെരുവിലേക്ക് കയറി.

ഇതെല്ലാം ക്ഷണമാത്രയിൽ ഒരു സ്വപ്നത്തിലെന്നോണം അയാൾ കണ്ടു നില്ക്കുകയാണ്.

"എന്തിനാണയാൾ വഴക്കു പറഞ്ഞത്? എന്തു തെറ്റാണ് നിങ്ങളയാളോട് ചെയ്തത് റിക്ഷാക്കാരാ?"

ഒന്നിനും മറുപടി കൊടുക്കാതെ പിറകിലേക്ക് ഒന്നുപാളി നോക്കി മഞ്ഞച്ച പല്ലുകാട്ടി വൃഥാ ചിരിക്കുക മാത്രം ചെയ്തു റിക്ഷാക്കാരൻ. പ്രാചീനവും അസാമാന്യ വലുപ്പവുമുണ്ടായിരുന്ന ഒരു തെരുവു കവാടത്തിനുമുന്നിൽ സൈക്കിൾറിക്ഷ ഓട്ടംനിർത്തുമ്പോൾ അവിടം വിജനമായിരുന്നു. മൂന്നാം തെരുവിലേക്കുള്ള ഒരു വാതായനമായിരുന്നു അതെന്ന് അയാൾക്ക് തോന്നി.

"ഈ കവാടവും കടന്ന് പോയാൽക്കാണുന്ന തെരുവാണ് ബാബൂജീ ഘാസിയാബാദ്. അങ്ങോട്ടേക്കിനി ഞാനില്ല."

അയാൾ വച്ചുനീട്ടിയ നോട്ടിൽനിന്ന് ചില്ലറ തിരിച്ചു നല്കി റിക്ഷാക്കാരൻ തിരിച്ചുപോയി.

ആ വലിയ കവാടവും കടന്ന് അയാൾ മുന്നോട്ട് നടന്നുകൊണ്ടിരുന്നു. ഇനി ചങ്ങാതിയുടെ ക്വാർട്ടേഴ്സ് ആരോടെങ്കിലും അന്വേഷിച്ച് കണ്ടുപിടിക്കണം. പേരുപറഞ്ഞാൽ ഒരുപക്ഷേ, അറിഞ്ഞെന്നു വരും. ആരോടും പെട്ടെന്ന് അടുക്കുന്ന പ്രകൃതമാണല്ലോ അവന്. ധാരാളം സൗകര്യങ്ങളുള്ള അവന്റെ ക്വാർട്ടേഴ്സിൽ ആളൊരു സഹൃദയനായതുകൊണ്ടുതന്നെ സന്ദർശകരായി നിരവധിപേർ വരാറുള്ള കാര്യം അവൻ ഒരിക്കൽ എഴുതിയിരുന്നതും അയാൾ ഓർത്തു.

റോഡിനിരുപുറവുമുള്ള കെട്ടിടങ്ങളിൽ അധികവും പഴയ ഇരുമ്പുസാമഗ്രികളായിരുന്നു വില്പനയ്ക്കുണ്ടായിരുന്നത്. പിന്നെ മാംസക്കടകളും. പല പീടികത്തിണ്ണകളിലും നിരത്തിയ മരത്തട്ടുകളിലും ഇരുമ്പുകൊളുത്തുകളിലും മൃഗങ്ങളുടെ തലയറുത്ത് തോലുരിഞ്ഞ് കെട്ടിത്തൂക്കിയിരുന്നു. എല്ലും മാംസത്തുണ്ടുകളുംനിറഞ്ഞ ടാറിളകിയ റോഡിലൂടെ ഇരുപുറവും വിഹ്വലതയുടെ കണ്ണെറിഞ്ഞ് അയാൾ നടന്നു. അതൊരു മാംസവില്പനകേന്ദ്രമാണെന്ന് അയാൾക്കു മനസ്സിലായി. അറവുപീടികകളിൽനിന്ന് അയാൾക്കുപിറകെ പരിഹാസത്തോടെയുള്ള ചിരിയുയർന്നപ്പോൾ അയാൾ നടത്തം നിർത്തി.

എതിരെ വന്നവരോട് അയാൾ തിരക്കി:

"ഇത് ഘാസിയാബാദാണോ, അതോ ഘാസിപ്പൂരോ... ഇവിടെയടുത്തൊരു മൃഗശാലയില്ലെ?"

കൈയിൽ പുരണ്ട ചോരയും മാംസത്തുണ്ടുകളും ഒരു തുണിയിൽ തുടച്ച് അവർ പരസ്പരം നോക്കി കണ്ണിറുക്കിയപ്പോൾ മറ്റു അറവുപീടികകളിൽനിന്ന് നാലഞ്ചുപേർകൂടി അയാൾക്കരികിലേക്ക് ചാടിയിറങ്ങി.

പിന്നെ ഭ്രാന്തമായ നിലവിളിയുമായി ആ തെരുവിലൂടെ അയാൾ ഓടാൻ തുടങ്ങി.

വവ്വാലുകളുടെ വീട്

തറവാടിന്റെ ഇരുണ്ട തളത്തിലെവിടെയോ, ചാഴിമണക്കുന്ന നിലവറയുടെ നിഗൂഢമായ ആഴങ്ങളിലെവിടെയോ അവളുണ്ടായിരുന്നു- പാർവ്വതി.

മച്ചിൽനിന്നും പാറി വീഴുന്ന നെല്പതിരുകൾ നിറഞ്ഞ ഗോവണിയിൽ അവളുടെ കാല്പെരുമാറ്റമുയരുമ്പോൾ കടവാതിലുകൾ ഇടനാഴിയിലെങ്ങും ചിറകടിച്ചെത്തുമായിരുന്നു.

പത്തായപ്പുരയുടെ കിഴക്കേമുറിയിലാണു കിഴവൻ കിടന്നിരുന്നത്.

ആ മുറിയുടെ ജീർണ്ണിച്ച കതകു തുറന്നാൽ വൃത്തികെട്ടതും പൂതലിച്ചതുമായ കുഴമ്പുകളുടെ വൃത്തികെട്ട മണം ഇടനാഴിയിലേക്കിറങ്ങി വരുമായിരുന്നു.

അവിടേക്കു പാർവ്വതി പ്രവേശിക്കാറില്ല.

കിഴവന്റെ വിളറിയമുഖം വാതില്പടിക്കലിരുന്ന് അവൾ ഉറ്റുനോക്കുകയാണ് പതിവ്.

കടുത്ത കഷായക്കുറിപ്പടി, അല്ലെങ്കിൽ വേപ്പിന്നിലയിട്ട് തിളപ്പിച്ച വേതുവെള്ളം... കിഴവന്റെ ദുർബ്ബലമായ ശബ്ദം അതിൽക്കൂടുതൽ ഉയർന്നുകേൾക്കാറില്ല.

ഉച്ചയ്ക്കും രാത്രിയിലുമുള്ള ചുട്ട പപ്പടവും കഞ്ഞിയും ആരും പറയാതെതന്നെ അവൾ വാതില്പടിക്കൽ കൊണ്ടുവന്നുവയ്ക്കുന്നു.

മിക്കരാത്രികളിലും കിഴവനൊന്നും കഴിക്കാറില്ല. ഒരനുഷ്ഠാനംപോലെ അവളെന്നും അത്താഴം വാഴയിലയിട്ടുമൂടി കിഴവനു കാവലിരുന്നു.

കിഴവനെ പരിചരിക്കാനും വിശേഷങ്ങൾ അപ്പപ്പോൾ കുടുംബവൈദ്യനുമായി പങ്കിടാനും ഒരാൾ തറവാട്ടിലെന്നും കയറിയിറങ്ങിയിരുന്നു - ഭാർഗ്ഗവൻ.

അയാളെ പാർവ്വതിക്കു പേടിയാണ്.

ഭാർഗ്ഗവന്റെ വിയർപ്പുപുരണ്ട തടിച്ചശരീരവും പുകയിലക്കറവീണ മുഖവും ചുവന്ന കണ്ണുകളും അവളെ എന്നും അലോസരപ്പെടുത്തിയിരുന്നു.

പത്തായപ്പുരയുടെ വാതിൽ ഞരക്കത്തോടെ തുറക്കുമ്പോൾ ക്രുദ്ധമായി അയാളൊന്നു മുരടനക്കും. ആ ഒച്ച ഇടനാഴിയിലെന്നും പ്രതിദ്ധ്വനിച്ചിരുന്നു.

തറവാടിന്റെ പടിപ്പുര പകുതിയും ചിതലുതിന്നു തീർത്തെന്നും പടിഞ്ഞാറ്റിനിയുടെ പാർശ്വഭാഗം വിള്ളൽ വീണ് അതിലൂടെ മഴ കുത്തിയൊലിച്ച് അവിടമാകെ പായൽ പടർന്നെന്നും മച്ചിൻപുറത്തൊക്കെ ചിതൽപ്പുറ്റുകളുണ്ടെന്നും അങ്ങുന്നിന്റെ കാലശേഷം ഇത്തറവാട് അന്യം നിന്നു പോവുമെന്നും പരദൈവങ്ങളെ വിളിച്ച് ഭാർഗ്ഗവനെന്നും കിഴവനോടുരുവിട്ടുകൊണ്ടിരുന്നു.

പരദൈവങ്ങൾ പക്ഷേ, അതൊന്നും കേട്ടില്ല. കിഴവനും കേട്ടില്ല. അവറ്റകൾ ഇരുട്ടും മാറാലയുംനിറഞ്ഞ മച്ചിൻമുകളിൽ കണ്ണുമടച്ച് മൂങ്ങകളെപ്പോലെ വെറുതെയിരുന്നു.

“പാവോതീടെ കാര്യാ കഷ്ടം...”

ആരും കേട്ടില്ലെങ്കിലും കിഴവൻ നിദ്രവിട്ടുണരുന്ന മിക്ക നേരങ്ങളിലും വിലപിച്ചുകൊണ്ടിരുന്നു. തിമിരം വീണുതുടങ്ങിയ കണ്ണുകളിലപ്പോൾ മഴ തകർത്തു പെയ്ത പഴയൊരു രാവ് തെളിഞ്ഞുവന്നു. കരിപിടിച്ച അടുക്കളത്തിണ്ണയും ദാക്ഷായണിയെന്ന അടുക്കളക്കാരിയുടെ നനഞ്ഞ മുഖവും...

ഭാർഗ്ഗവൻ കിഴവനെ മെല്ലെ തൊട്ടുണർത്തി.

പകലായിരിക്കുന്നുവെന്ന് കിഴവനറിയുക ഭാർഗ്ഗവനെത്തുമ്പോഴാണ്.

ഭാർഗ്ഗവൻ ഏറെനേരം വിളിച്ചതാണ്. പക്ഷേ, കേൾവിക്കുറവു ബാധിച്ചു തുടങ്ങിയതിനാൽ കിഴവനതു കേട്ടില്ല. ഗതി കിട്ടാത്ത ആത്മാവുപോലെ ഇടനാഴികൾ തോറും കിഴവന്റെ അലഞ്ഞുകൊണ്ടിരുന്ന മനസ്സ് ശാന്തമായില്ല.

“എന്നുമീ കെടപ്പുകെടന്നാ മതിയോ, മനുഷ്യരെ മെനക്കെടുത്താൻ...”

ഭാർഗ്ഗവൻ ആത്മഗതംപോലെ പറഞ്ഞു.

“പാവോതി...”

കിഴവന്റെ ദുർബ്ബലമായ ആ വിളി ഭാർഗ്ഗവൻമാത്രം കേട്ടു.

മടുപ്പിക്കുന്ന എരിവുമണമുള്ള അടുക്കളയിൽ പാർവ്വതി അടുപ്പിൽ തീ കൂട്ടുകയായിരുന്നു അപ്പോൾ.

മണൽ നിറച്ച ഒരു കിഴി അരികെയിരുന്നു. അത് എന്നോ നിശ്ചലമായ കിഴവന്റെ ഞരമ്പുകളെ ചൂടുപിടിപ്പിക്കാനാണ്. ഭാർഗ്ഗവൻ അതെടുക്കാനായി അടുക്കളയിലെത്തും.

അവൾക്കറിയാം പകൽ ഭാർഗ്ഗവനുള്ളതാണെന്ന്. അതുകൊണ്ടു തന്നെ ആ നേരങ്ങളിൽ കിഴവന്റെ മുറിക്കുമുന്നിൽ അവൾ പ്രത്യക്ഷ പ്പെടാറില്ല.

ഭാർഗ്ഗവൻ, കണ്ണുകളടച്ച് മയക്കത്തിന്റെ പൊട്ടക്കുളത്തിലേക്കിറ ങ്ങുന്ന കിഴവനെ തുറിച്ചുനോക്കി. പിന്നെ അക്ഷമയോടെ കതകുചാരി അയാളിറങ്ങിപ്പോന്നു. ഇന്നിനി കിഴവൻ ശാഠ്യംപിടിച്ച മടിയൻകാളയെ പ്പോലെ അതേ കിടപ്പുകിടക്കത്തേയുള്ളൂ. പടിപ്പുര കടന്ന് അയാൾ പോവുന്നത് പാർവ്വതി മരയഴിയിട്ട അടുക്കളജാലകത്തിലൂടെ കണ്ടു.

അന്ന് സന്ധ്യക്ക് ഒരു നിലവിളക്ക് കൊളുത്തി കിഴവന്റെ മുറിക്കു മുമ്പിൽ അവൾ കൊണ്ടുവന്നുവച്ചു. ഒറ്റത്തിരിയിട്ട നിലവിളക്ക്. അതിന്റെ ക്ലാവുനിറം പുളിയിട്ടു തേച്ചു കളഞ്ഞതിനാൽ വല്ലാത്തൊരു തിളക്കം അതിനുണ്ടായിരുന്നു.

അന്ന് തൃക്കാർത്തികയായിരുന്നു.

കിഴവന്റെ വാതില്പടിക്കൽ അത്താഴവും വിളമ്പിക്കൊണ്ടുപോയി പതിവുപോലെ അവൾ വാഴയിലയിട്ടു മൂടിവെച്ചു.

കിഴവന്റെ ശോഷിച്ച കൈകൾ എന്തിനോ അപ്പോൾ പരതുന്നുണ്ടാ യിരുന്നു. തലയ്ക്കൽ വെച്ചിരുന്ന ഒഴിഞ്ഞൊരു മരുന്നുകൂപ്പി മുറിയിൽ വീണുടഞ്ഞ ശബ്ദം കേട്ടു.

തുപ്പൽക്കോളാമ്പിക്കാവും.

അവൾ കട്ടിലിന്നടുത്തുചെന്നു നോക്കി.

“പാവോതീ...”

കിഴവൻ അവളുടെ സാമീപ്യം തിരിച്ചറിഞ്ഞപോലെ വിളിച്ചു.

അവളുടെ കണ്ണിലപ്പോൾ തടഞ്ഞത് കിഴവന്റെ ദ്രവിച്ച മെതിയടിക ളാണ്. തളർന്ന കാലുകൾ കമ്പിളിപ്പുതപ്പിനുള്ളിലാഴ്ത്തി ചുരുണ്ടുകിട ന്നുറങ്ങാൻ തുടങ്ങി കിഴവൻ.

കട്ടിലിനു കീഴെ മെതിയടികൾ ആര് കൊണ്ടുവന്നിട്ടുവെന്നറിയില്ല. അതിനി ആവശ്യമില്ലെന്നുപറഞ്ഞ് ഭാർഗ്ഗവൻ അതെടുത്ത് മച്ചിൻപുറ ത്തേക്കെറിഞ്ഞിരുന്നതാണെന്ന് അവളത്ഭുതപ്പെട്ടു. തീപ്പെട്ട സുഭദ്രച്ചിറ്റ യ്ക്കുമുണ്ടായിരുന്നു അതുപോലുള്ള മെതിയടി.

അവളോർത്തു.

തറവാടിന്റെ പിടിഞ്ഞാറുവശത്തെ മൂവാണ്ടൻമാവ് അവിടെയില്ലെ ന്നറിയുമ്പോഴെല്ലാം സുഭദ്രച്ചിറ്റയെ ഓർക്കുന്നു. പണ്ട്, ആ മാവ് നിറയെ മാങ്ങയുണ്ടായിരുന്നു. വൈകുന്നേരത്ത് മാങ്ങയെറിയാൻ വികൃതിക്കുട്ടി കൾ വന്നണയുമ്പോൾ ചിറ്റ വന്ന് ഓടിച്ചുവിടുമായിരുന്നു അവരെ.

ആ മെതിയടിശബ്ദം പിന്നെയുള്ള മിക്കരാത്രികളിലും ഇടയ്ക്കിടെ കേട്ടിരുന്നു. കിടപ്പുമുറിയിലെ ഇരുമ്പുപെട്ടിക്കകത്ത് കുറേക്കാലം അതു ണ്ടായിരുന്നു. പിന്നീടൊരിക്കൽ മച്ചിൻപുറത്തേക്കു ആരോ വലിച്ചെറി യുകയായിരുന്നു.

വാതിൽപ്പാളികൾ ചേർത്തടച്ചപ്പോൾ കിഴവൻ വീണ്ടുമൊന്നനങ്ങി.

നെഞ്ചു കുറുകുന്ന ശബ്ദം

അവൾ, കിടപ്പുമുറിയിലേക്കു തന്നെ തിരിച്ചുപോയി. ഗോവണിപ്പടിയിലപ്പോൾ നെൽപ്പതിരുകൾ പൊഴിഞ്ഞു. കടവാതിലുകൾ മച്ചിൻപുറത്തുനിന്നിറങ്ങിവരികയും ഇടനാഴിയിലാകെ കുറേസമയം പാറിക്കളിക്കുകയും ചെയ്തു. അവളുടെ വർണ്ണരഹിതമായ സ്വപ്നങ്ങളിൽ അവ മുറിവുകളേല്പിച്ചുകൊണ്ടിരുന്നു.

പിറ്റേന്ന്, കിഴവന്റെ മുറി തുറന്ന് കുരുമുളകും ചുക്കുമിട്ട കാപ്പി തലയ്ക്കരികിൽ വയ്ക്കുമ്പോൾ കിഴവൻ പതിവിനു വിപരീതമായി അവളെ വിളിച്ചു:

“പാവോതീ, പാർഗ്ഗവനെത്തീലേ?”

“ഇല്യ... ദ് കുടിച്ചോളൂട്ടോ...”

അവൾ പറഞ്ഞു.

പിന്നെ കട്ടിലിനുകീഴെനിന്ന് മൂത്രക്കോളാമ്പി നീക്കിയിട്ടു. തൊടിയിൽ കൊണ്ടുപോയി കളഞ്ഞ് പാത്രങ്ങളൊക്കെ കഴുകി തിണ്ണയിൽ കമഴ്ത്തി. പാഴിലകൾ തിമിർത്തുകിടന്ന മുറികൾ തൂത്തുവാരി വെടിപ്പാക്കി...

ഇനി ഒന്നു കുളിക്കണം, അവൾ സ്വയം പറഞ്ഞു. എന്നിട്ട് കുളത്തിനരികിലേക്കു ചെന്നു.

കുളത്തിലാകെ പായൽ നിറഞ്ഞിരുന്നു. കുളത്തിന്റെ മൂന്നുഭാഗത്തേയും കൽപ്പടവുകൾ ഇടിഞ്ഞിരുന്നു. കഴിഞ്ഞ മഴക്കാലത്ത് വീണ പുളിമരത്തിന്റെ പ്രേതം വെള്ളത്തിൽ ഇരുൾവീഴ്ത്തിയിരുന്നു. ഒടിഞ്ഞ ചില്ലകൾ കുളത്തിന്റെ ഒരു ഭാഗത്ത് വെള്ളത്തിൽ വീണുകിടപ്പുണ്ട്.

സുഭദ്രച്ചിറ്റ മരിച്ചതിൽപ്പിന്നെ തനിച്ച് വല്ലപ്പോഴുമേ കുളത്തിനടുത്തുവരാറുള്ളു – അവളോർത്തു.

അന്ന് കുളത്തിലെമ്പാടും ആമ്പലുകളുണ്ടായിരുന്നു...

കുളി കഴിഞ്ഞ് ഈറനോടെ അവൾ കിഴവന്റെ മുറിക്കു മുമ്പിൽ ചെല്ലുമ്പോൾ ഭാർഗ്ഗവൻ കിഴവന്റെ മുറിയിൽനിന്നിറങ്ങി വരുന്നു. പിന്നെ കറപിടിച്ച പല്ലുകാട്ടി ചിരിച്ചുകൊണ്ട് പറഞ്ഞു.

“കഷായം തീർന്നൂട്ടോ...”

കിഴവൻ ഉറങ്ങിയിരുന്നു.

“തല്ക്കാലം ഞാനൊരു മരുന്നുകൊടുത്തു.”

അയാൾ പറഞ്ഞു.

എന്താണെന്ന് അവൾ ചോദിക്കുന്നതിനുമുമ്പ് അരയിൽ തിരുകിയിരുന്ന വെളുത്തകുപ്പി എടുത്തുകാട്ടി അയാൾ ചുമൽകുലുക്കി വീണ്ടും പറയാൻ തുടങ്ങി.

“ഇന്നിനി കഷായം വേണംന്നില്യ... രോഗം മൂർച്ഛിച്ചിരിക്കുന്നു. രാത്രി ഞാനുണ്ടാവും ഇവ്ടെ ഒരു കൂട്ടിന്... അത്താഴത്തിന് അരി ഇത്തിരി കൂടുതലിട്ടോളു കുട്ട്യേ...”

അവൾ ഈർഷ്യയോടെ അകത്തേക്കു കയറിപ്പോയി. മുറിയിൽ

ക്കയറി വാതിലടച്ച് തഴുതിട്ടു.

സന്ധ്യയായിട്ടും കിഴവനുണർന്നില്ല. ഭാർഗ്ഗവൻ കിഴവനരികിൽത്ത ന്നെയിരുപ്പുണ്ട്. ഇടയ്ക്കിടെ അയാൾ കിഴവന്റെ കാതിൽ എന്തോ അടക്കം പറഞ്ഞുകൊണ്ടിരുന്നു. കുറേക്കഴിഞ്ഞ് കുപ്പിയിൽ ശേഷിച്ച മദ്യം അയാൾ ഒരു ഗ്ലാസിലേക്കൊഴിച്ച് കിഴവനുണരുന്നതും കാത്ത് വാതില്പടിക്കലിരുന്നു. എന്നിട്ട്, ഇടനാഴിയിലെ മൂവന്തിനിഴലുകളുടെ നൃത്തം നോക്കി, പിറുപിറുത്തുകൊണ്ടിരുന്നു.

പിന്നെ ഗ്ലാസിലിരുന്ന മദ്യം ഒറ്റവലിക്ക് അകത്താക്കി. ഇരുട്ട് ലഹരി പോലെ അയാളുടെ സിരകളിൽ നിറഞ്ഞു. അയാൾ കിഴവനെപ്പോയി കുലുക്കിവിളിക്കാൻ തുടങ്ങി.

കിഴവനുണർന്നില്ല.

പാർവ്വതിയുടെ മുറിക്കുമുമ്പിൽച്ചെന്നുനിന്ന് ഭാർഗ്ഗവൻ കതകിനു മുട്ടി.

“പാവോതീ കതകുതൊറക്ക്... ഇത് ഞാനാ പാർഗ്ഗവൻ...”

അയാൾ കതകിനുമുട്ടിക്കൊണ്ടിരുന്നു.

കതകു തുറക്കുന്നില്ലെന്ന് കണ്ട് അയാളെ കലി ബാധിച്ചു. ശക്തി യായി വാതിലിലാഞ്ഞിടിച്ചു അയാൾ. ഒടുക്കം കിരുകിരുപ്പോടെ വാതിൽ തുറക്കപ്പെട്ടു.

അകത്ത് ഇരുട്ടായിരുന്നു.

അയാൾ ഒരു വേട്ടപ്പട്ടിയെപ്പോലെ നിന്നു കിതച്ചു. പരിഭ്രമത്തോടെ മുറിയിലാകെ പാർവ്വതിയെ തിരഞ്ഞതാണ്. അപ്പോൾ അതിനകത്തു നിന്നും അനേകം കടവാതിലുകൾ കൂട്ടത്തോടെ പറന്നുയർന്നതുമാത്രം അയാളറിഞ്ഞു.

ജലരേഖകൾ

രാവുണ്ണി തോണിയിൽ ചുരുണ്ടുകൂടിയിരുന്നു.

പുഴയിലെമ്പാടും കുളവാഴകളായിരുന്നു. വല്ലപ്പോഴും തുള്ളിവീഴുന്ന പരൽ മീനുകൾ അയാളെ ഈർഷ്യ പിടിപ്പിച്ചിരുന്നു. ഉപ്പുചൂരുള്ള കാറ്റിൽ തോണി വല്ലാതെ ഉലഞ്ഞു. തലയ്ക്കു മുകളിലൂടെ മീൻകൊത്തികൾ പറന്നുപോയി. പുലർച്ചയിലെ കടുത്ത വേലിയിറക്കത്തിലും കുളവാഴകൾ ഒഴിഞ്ഞുപോയിരുന്നില്ല. പുഴയുടെ പളുങ്കുമുഖം എത്രയോ തവണ കുമിളപോലെ പൊന്തിവന്നു പൊട്ടി. ഒരു ഉലയിലേക്കെടുത്തുവെച്ച പോലെ ഉച്ചയാവുമ്പോഴേക്കും അയാൾ ചുട്ടുപഴുത്തു. അണിയത്തേക്ക് വലിച്ചെറിഞ്ഞ പങ്കായം വിണ്ടുണങ്ങി. സമയമേറിയിട്ടും ഒരു വെള്ളി മീൻപോലും ചൂണ്ടയിൽ കുടുങ്ങിയില്ലെന്നുള്ള അറിവുമായി അയാൾ ഇരുണ്ട ജലാശയത്തിലേക്ക് പകച്ചുനോക്കിയിരുന്നു. മീനുകൾ, തന്നെ കബളിപ്പിച്ചുകൊണ്ട് നരച്ച വാലിളക്കി കുളവാഴകൾക്കിടയിൽ ഒളിച്ചു കളിക്കുകയാണെന്ന് അയാൾക്ക് തോന്നി.

അക്കരെ, ചെളിത്തിട്ടകളിലിപ്പോഴും കാക്കകളാർക്കുന്നുണ്ട്. ഇതുപോലൊരു നശിച്ച ദിവസമാണ് ഒറ്റത്തോണിയെപ്പോലും പുഴയിലിറക്കാത്തവിധം കലങ്ങിയൊഴുകിയത്. മീനുകളുടെ അഴുകിയ ഗന്ധം മാത്രം കോടമഞ്ഞുപോലെ പുഴയ്ക്കുമീതെ തളംകെട്ടി നിന്നു. ഇനിയുമൊരു വേനൽക്കാലത്ത് മുറിവേറ്റ മീനുകൾ വിരുന്നുവന്നേക്കും. ചലനങ്ങളൊടുങ്ങിയ പുഴയെക്കുറിച്ച് നടുക്കത്തോടെ അയാൾ ഓർത്തുനോക്കി.

എത്ര ദിനരാത്രികളിലാണത് വേട്ടയാടിയത്?

ചൂണ്ടയിൽ വീണ്ടും ഇരകോർത്ത് അയാൾ ദൂരേക്ക് നീട്ടിയെറിഞ്ഞു.

തോണി, കരവിട്ട് ഏറെ അകന്നുപോയതൊന്നും അയാളറിഞ്ഞില്ല.

മടിക്കുത്തിൽനിന്ന് ഒരു ബീഡിയെടുത്ത് ചുണ്ടിൽത്തിരുകി. തീപ്പെട്ടിയുരച്ച് ഒരുകവിൾ പുകയെടുത്ത് പുറത്തേക്കൂതി. മനസ്സ് അപ്പോഴും കലങ്ങിക്കൊണ്ടേയിരിക്കുന്നുവെന്ന് അയാൾ വ്യാകുലപ്പെട്ടു. കുറേനേരം തോണിപ്പടിയിലേക്ക് ചാഞ്ഞു കിടന്ന് ജലത്തിലേക്കുറ്റുനോക്കി. താഴെ, ഒരു കണ്ണാടിയിലെന്നവണ്ണം പ്രതിബിംബം, നരവീണു തുടങ്ങിയ മുടിയിഴകളിൽ കുസൃതിക്കാറ്റ് വിരലോടിക്കുന്നുണ്ട്. കരുവാളിപ്പ് പടർന്ന മുഖത്ത് മീൻ ചെതുമ്പൽ പറ്റിനിന്ന് തിളങ്ങുന്നു.

വേലിയേറ്റമായിരുന്നു അപ്പോൾ. കാറ്റിന് ശക്തി കൂടിയിരുന്നു. അയാൾ മലർന്നുകിടന്ന് ആകാശത്തേക്കു നോക്കി. വരണ്ട ചൂടുകാറ്റാണ്. കണ്ണു മഞ്ഞളിക്കുകയും തൊണ്ട വരളുകയും ചെയ്യുന്നു. മുകളിൽ പൊൻമാനുകളുടെ വിളയാട്ടമാണ്. ആഴങ്ങളിൽനിന്നൂറിവരുന്ന മർമ്മരത്തിനുമപ്പുറത്ത് മാലാൻപറ്റം നൃത്തം വെക്കുന്നുണ്ടാവണം. പൊന്മാനുകൾക്കെന്ത് ഉത്സാഹമാണ്. അയാളുണർന്നു. കെട്ടുപോയ മുറിബീഡി വലിച്ചെറിഞ്ഞ് പങ്കായമെടുത്ത് വീണ്ടും തുഴയാൻ തുടങ്ങി.

മുറിവേല്ക്കുന്ന കൊച്ചു കൊച്ചു സ്വപ്നങ്ങളുമായി അവറ്റകൾ ഇരുൾച്ചയിലേക്കൊടുവിൽ തളർന്നുവീഴും. ചെളിത്തിട്ടയിലവശേഷിക്കുന്നത് മുള്ളും വെള്ളാരം കണ്ണുകളും...

ഉച്ചയാവുന്നു. മടുപ്പോടെ അങ്ങനെ തുഴഞ്ഞുകൊണ്ടേയിരുന്നു അയാൾ. ഒരു മീൻ... ഒരേയൊരു മീൻ. അയാൾ ഒരു പടുകിഴവനെപ്പോലെ കിതച്ചു തുടങ്ങി. തോണി ഗതികിട്ടാതെ കാറ്റിലെമ്പാടും ഒഴുകിപ്പരന്നു.

കൈകൾ കൂട്ടിവെച്ച് കാൽമുട്ടുകളിലേക്ക് മുഖം താഴ്ത്തി കിതപ്പടക്കാൻ പാടുപെട്ടുകൊണ്ട് അയാൾ തോണിയിലിരുന്നു. കുളവാഴകളുടെ നീണ്ട സ്പർശിനികളിൽത്തട്ടി വെള്ളിമീനുകൾ ശക്തിയോടെ ചിതറി. പൊടുന്നനെ, ഇരകോർത്തിട്ട ചൂണ്ടയിലെന്തോ തടഞ്ഞതുപോലെ അയാൾക്കു തോന്നി. എന്തോ ഒന്ന് തന്റെ ഹൃദയത്തിലും ആ നിമിഷം കൊളുത്തിവലിച്ചുവോ?

എന്താണ്?

അകലെ നിന്ന്.

അക്കരെയുള്ള തിട്ടയിൽനിന്ന് ആരുടെയോ വിളിയുണർന്നുവോ?

ആരാണ് തോണിക്കുനേരെ മെലിഞ്ഞ കൈകൾ നീട്ടിയെറിഞ്ഞ് നീന്തിയടുക്കുന്നത്?

അടുത്തടുത്തുവരുന്ന കിതപ്പ് ജലത്തെ തട്ടിയുണർത്തുന്നുണ്ട്.

പകലുണ്ണിയുടേതുപോലുള്ള പതിഞ്ഞ വിളിയാണത്.

അയാൾ, ഭയപ്പാടോടെ ചൂണ്ടയിൽ പിടിമുറുക്കി. കാറ്റിലുലഞ്ഞ് തോണി ഒരിക്കൽക്കൂടി വട്ടംകറങ്ങിയുയർന്നു. നിരാലംബതയുടെ വിളർത്ത മനസ്സുമായി അകലേക്ക് അമ്പരപ്പോടെ നോക്കി അയാളിരുന്നു. ചൂണ്ടയിൽ ഇര നഷ്ടപ്പെട്ടിരുന്നു. വീണ്ടുമൊരിര. പക്ഷേ, പകലുണ്ണിയെക്കുറിച്ചുള്ള ഓർമ്മ ബാക്കി നിന്നത് അയാളെ നൊമ്പരപ്പെടുത്തിക്കൊണ്ടിരുന്നു.

പകലുണ്ണിയുമൊത്ത് ഒരു പകൽമുഴുവൻ പുഴയിൽ തുഴഞ്ഞു നടന്നത് അയാളോർത്തു.

മദ്ധ്യവേനലവധിക്ക് അവന്റെ സ്കൂൾപൂട്ടിയ സമയത്തായിരുന്നു.

വൃത്തികെട്ട ഉപ്പുചൂരിൽ അവൻ ഛർദ്ദിക്കുമെന്നും നിലയെത്താക്കയത്തിനുമുകളിലൂടെ തുഴയെറിയുമ്പോൾ പേടിക്കുമെന്നും കരുതിയതാണ്. ഒക്കെ വെറുതെ. വഴുക്കുന്ന തോണിപ്പടിയിലിരുന്ന് ഒരു പ്രത്യേക രീതിയിൽ അവൻ ചൂളംവിളിക്കാൻ തുടങ്ങി. കിഴക്കുനിന്ന് ഒഴുകിവന്ന മീൻകൊത്തികളുടെ നീലത്തൂവലുകൾ കൊണ്ട് അവൻ ഒരു മാലയുണ്ടാക്കി. അയാളുടെ തോണി നിറയെ മീനുകളായിരുന്നു അന്ന്. മീനുകളെ നോക്കി കൗതുകത്തോടെ അവൻ ചോദിച്ചുകൊണ്ടിരുന്നു:

"ഈ മീനേതച്ഛാ?"

"ഇത് കറ്റിലയാണു മോനെ."

"ഇതോ?"

"ചെമ്പല്ലി"

"ഇതോ?"

പെട്ടെന്ന് അവന്റെ കൈയിൽക്കിടന്ന് അതൊന്നു പിടച്ചതാണ്. തോണിയുടെ പാർശ്വത്തേക്ക് അവനൊന്നു കുതറി. ഇരച്ചുകയറിയ വെള്ളത്തിലേക്ക് അവന്റെ നിലവിളിയൊടുങ്ങി. പകലുണ്ണിയുടെ മുങ്ങിപ്പൊങ്ങുന്ന ശരീരത്തിൽ പിടികിട്ടിയിരുന്നു. അവന്റെ കണ്ണുകളിൽ രക്ഷപ്പെട്ടോടുന്ന കുഞ്ഞുമീനുകളുടെ പിടച്ചിൽ. തളർന്ന് തണുത്തുവിറച്ച രാത്രികളിലെ ജ്വരബാധയിൽ പകലുണ്ണി മന്ത്രിച്ചു:

"നമുക്കാ മീനുകൾ വേണ്ടച്ഛാ."

നാളുകൾ കഴിയവെ, തോണി കാണുമ്പോഴൊക്കെ അവന്റെ ചിരി കേട്ടു. പുഴക്കരയിൽ അവൻ വരാതായി. കണ്ണുകളിൽ കുഞ്ഞുമീനുകളുടെ പിടച്ചിൽ മാത്രം. കാലമെത്രവേഗമാണ് കലങ്ങിയൊഴുകിയത്...

അയാൾ പകയോടെ പുഴയിലേക്ക് നീട്ടിത്തുപ്പി.

വേലിയേറ്റത്തിൽ തോണിയൊഴുകിപ്പോവുകയാണ്. വെയിലുമൂക്കുന്നതിനുമുമ്പുവരെ പുഴയിൽ ഒന്നുരണ്ട് വലക്കാരുണ്ടായിരുന്നതാണ്. ഒടുക്കം അവരും നിരാശതയോടെ മടങ്ങിപ്പോയിരിക്കും.

അയാൾ ശൂന്യതയിലേക്ക് കണ്ണയച്ചു.

പകലുണ്ണിയുടെ വിളി പുഴയുടെ ആഴത്തിൽനിന്നുമെന്നപോലെ മനസ്സിൽ മുഴങ്ങുന്നുണ്ട്. പണിയില്ലാതെ വിരസമാവുന്ന നേരങ്ങളിൽ, കരയ്ക്കുകയറ്റി വെച്ച തോണികളിലിരുന്ന് അവന്റെ കൂട്ടുകാർ വാരകളിക്കുന്നു. പായലിന്റെയും മുരുവിന്റെയും അടയാളം പതിഞ്ഞ പാതാറിനരികിലിരുന്ന് എത്ര നേരമാണ് ഞണ്ടുകളെ പരതുക?

ഉല്ലാസങ്ങളുടെ സായാഹ്നങ്ങളെയും വിയർപ്പുപൊടിയുന്ന കളിക്കളങ്ങളെയും അവഗണിച്ചുകൊണ്ട് അവൻ മാറി നടന്നു.

പനമ്പുചെറ്റയിലുറപ്പിച്ച ഉടഞ്ഞ കണ്ണാടിയിൽ ഒരു ജലാശയത്തിലെന്നപോലെ അവന്റെ ചകിതമായ കണ്ണുകൾ പൊന്തിക്കിടന്നു. മുടി

നീണ്ട്, മെലിഞ്ഞുണങ്ങിയ പകലുണ്ണിയുടെ രൂപം പകൽചോരുന്ന തിണ്ണയിൽ ചിലപ്പോൾ മാത്രം ഇറങ്ങിവന്നു.

ഒഴിഞ്ഞ കുട്ടയിലേക്കുനോക്കി അയാൾ വിലപിച്ചു.

"പൊഴ കരിഞ്ഞുപോയല്ലോ ന്റെ ദൈവമേ."

കരിഞ്ഞുപോവുന്ന പുഴയെക്കുറിച്ചുള്ള സമസ്യക്ക് ഒരുത്തരം കണ്ടെത്തിയതുപോലെ അവന്റെ ചിരി നടുക്കത്തോടെ അയാൾ കേട്ടു. സുഷിരംവീണ തോണിയിലേക്കെന്നപോലെ വ്യസനത്തിന്റെ ജലം അയാളിലേക്കിരച്ചുകയറി. ശ്വാസം കിട്ടാതെ ഒരു മത്സ്യബന്ധനം. വലയിൽക്കുടുങ്ങിയുയരുന്നത് പകലുണ്ണിയുടെ മരവിച്ച ശരീരം. അതിന്റെ വിഭ്രമത്തിനുമേൽ വഴിതെറ്റിയ ഒരു ഭ്രാന്തനെപ്പോലെ അയാൾ ചൂണ്ടയെറിഞ്ഞുകൊണ്ടേയിരുന്നു.

തോണി കരവിട്ട് അകന്നകന്നു പോവുകയാണ്.

ചെളിത്തിട്ടയിലെ കണ്ടലുകളിൽനിന്ന് നീർപ്പക്ഷികളുടെ ചിറകടികളുയരുന്നില്ല. മരണനദിയിലെന്നപോലെ കറുത്തജലത്തിൽ താൻ ഒഴുകിപ്പോവുകയാണെന്ന് അയാൾക്കു തോന്നി. ആഞ്ഞെറിഞ്ഞ മറ്റാരുടെയോ ചൂണ്ടക്കൊളുത്ത് തന്റെ തൊണ്ടയിൽ ആഴ്ന്നിറങ്ങുന്നുണ്ട്. ചൂണ്ട ആരോ ഊക്കോടെ വലിക്കുകയാണ്. ഒരു മീൻ... ഒരു വലിയ മീൻ...

പ്രാകൃത ലിപി

മറവിയുടെ പുതിയൊരു ജന്മത്തിലേക്കെന്നപോലെ രാമനാഥൻ ഉണരുന്നു. അവന്റെ മുഖത്ത് അപ്പോഴും അകാരണമായ ഭീതിയും ഉൽക്കണ്ഠയും നിഴലിച്ചിരുന്നു. ഈതറിന്റെ അസഹ്യമായ ഗന്ധം അവിടമാകെ തളംകെട്ടി നിന്നിരുന്നു. പ്രാണവായു കിട്ടാത്തതുപോല അവന്റെ വിളർത്ത ചുണ്ടുകൾ തുറന്നുവന്നു.

വേവലാതിയുടെ എത്രയോ യാമങ്ങൾ പിന്നിട്ട് കുഴഞ്ഞ ശരീരവും മനസ്സുമായി ഉമ അവനരികിലിരുന്നു. ഉറക്കമിളച്ച് കാവലിരുന്ന രാത്രികളുടെ ഉറങ്ങാത്ത മുറിവ് അവളുടെ മുഖത്ത് കാണാനാവുന്നുണ്ട്.

നന്നേ ഉയരം കുറഞ്ഞ ജാലകങ്ങൾ തുറന്നിട്ടിട്ടും വാർഡിലേക്ക് കാറ്റ് കയറിയില്ല. ഇടയ്ക്ക്, പുറത്തെ രോഗങ്ങൾ പൂത്തുനിന്ന തോട്ടത്തിലത് കരിയിലകളുടെ സ്തൂപമുയർത്തുന്നു. ശിരസ്സിനു മുകളിൽ മാറാല പിടിച്ച് ഏതോ പുരാതന ജീവികളെപ്പോലെ പങ്കകൾ വിട്ടം താങ്ങി നില്പാണ്.

രോഗങ്ങളുടെ കറ പടർന്ന മുഖങ്ങളുമായി അനവധിപേർ ഞങ്ങളെ കടന്നുപൊയ്ക്കൊണ്ടിരുന്നു. വികൃത ചിത്രങ്ങളായ് മഞ്ഞച്ചുമരുകളിൽ ഇടയ്ക്കിടെ അവർ വരികയും പോവുകയും ചെയ്തു.

രാമനാഥൻ എവിടേക്കോ നോക്കിയിരിപ്പാണ്.

അവൻ എന്നെ കാണുന്നില്ലെന്നു തോന്നി. ബോധം വീണിട്ടും...

തണുത്ത കൈകൾ കൂട്ടിപ്പിടിച്ച്, സൗഹൃദത്തിന്റെ നനവുള്ള ഒരു വാക്കെങ്കിലും പ്രതീക്ഷിച്ച് ഞാനിരുന്നു. അവന്റെ ബോധത്തിലിപ്പോഴും മുറിവേറ്റവരുടെ നിലവിളികളും കനത്ത ബൂട്ട്സിന്റെ നിലയ്ക്കാത്ത മുഴക്കങ്ങളുമായിരുന്നിരിക്കണം.

വല്ലാത്തൊരു വിങ്ങൽ എനിക്കനുഭവപ്പെടുകയാണ്. നിമിഷങ്ങളുടെ

കടുത്ത ഭാരംകൊണ്ട് തളർന്ന ശബ്ദത്തിൽ ഞാൻ വിളിച്ചു:

"രാമു"

അവന്റെ ലോകം മറ്റേതോ വൻകരയിലാണെന്ന് തോന്നി.

കരഞ്ഞു കലങ്ങിയ മിഴികളുയർത്തി എന്നെ നോക്കുകയാണ് ഉമ. അവളുടെ ഹൃദയവും ദ്രവിച്ചൊഴുകുകയാണ്.

"ഇന്നലെ വന്നതാണ്." ഞാൻ പറഞ്ഞു.

അവനോടൊന്നും പറയാതെ എനിക്കിവിടുന്നിറങ്ങാൻ വയ്യ.

"ബോധം തെളിഞ്ഞിരുന്നില്ല. ഒരിക്കലെങ്കിലും അവനെന്നെ തിരിച്ചറിയാതെ..."

എന്റെ ശബ്ദം വല്ലാതെ ഇടറുന്നുണ്ടായിരുന്നു. സമയം പിന്നെയും മങ്ങിയ വേലിയേറ്റംപോലെ വാർഡിലേക്ക് ഇഴഞ്ഞുവന്നു. പോക്കുവെയിലിന്റെ നേർത്ത മഞ്ഞനിറം ഇപ്പോൾ വാർഡിനുമുമ്പിലെ തോട്ടത്തിലും ആശുപത്രിയുടെ ഇടനാഴിയിലും പരന്നിട്ടുണ്ട്. സ്ട്രെച്ചറിൽ, കോടി പുതച്ച് ഒരു ജഡം വാർഡിലൂടെ നീങ്ങിപ്പോയി. പിറകെ സത്രീകളുടെ കരച്ചിലും. ഇന്ന് ഒരാൾകൂടി മരിച്ചിട്ടുണ്ട്.

നേരം വൈകിയതിനാൽ ഞാനെണീറ്റു.

"ഇനിയും അവനെന്നെ കാണാനാവുമെന്നു തോന്നിണില്യ... കണ്ടിട്ടും."

ഞാൻ പറഞ്ഞു.

ഉമ മുഷിഞ്ഞ ചേലത്തുമ്പുയർത്തി കണ്ണുകളൊപ്പുന്നു. അവളുടെ കൈയിലേക്ക് തുച്ഛമായ ഒരു തുകയുടെ പൊതിയേല്പിക്കുമ്പോൾ രാമനാഥൻ എന്തോ മെല്ലെ പറഞ്ഞുവോ? തിരിച്ചറിവിന്റെ വെള്ളിനൂൽ പിന്നെയും പൊട്ടിയോ?

നിരത്തിൽനിന്നു വളരെയകലെയാണു രാമനാഥന്റെ പഴയ വീട്. അവിടേക്കുള്ള ആദ്യ സന്ദർശനം ഓർത്തുപോകുന്നു.

വെട്ടിയൊതുക്കിയ ചെടികളുള്ള മുറ്റം. ചാണകം മെഴുകിയ നനുത്ത നിലം. ഉമ്മറത്തെ ഒഴിഞ്ഞ ചാരുകസേര. തത്തക്കൂട്.

ഒരുനിമിഷം പതുങ്ങിനിന്ന് ശങ്കവെടിഞ്ഞ് ഇടനാഴിയിലേക്ക് കാലെടുത്തു വെച്ചതാണ്. മുന്നിൽ ഒരു സ്ത്രീ.

"ആരാ?"

"രാമനാഥന്റെ ഒരു സുഹൃത്ത്..."

"അവൻ മോളിലുണ്ട്. പൊയ്ക്കോളൂ. ഞാനിപ്പോൾ ചായയിടാം."

അവന്റെ എളേമ്മയാണ്. അച്ഛന്റെ രണ്ടാം ഭാര്യ; അവൻ പറഞ്ഞിരുന്നു.

മുകളിലേക്കുള്ള കോണി കയറി അകത്തെ മുറിയിലേക്ക് പാളിനോക്കി. തടിച്ച ഒരു പുസ്തകത്തിൽ മുഖം താഴ്ത്തി രാമനാഥൻ എന്തോ

തിരയുകയാണ്.

മേശമേലും തറയിലും പുസ്തകങ്ങൾ ചിതറിക്കിടപ്പുണ്ട്. മരറാക്കു നിറച്ച് ഇംഗ്ലീഷിലും മലയാളത്തിലുമുള്ള പുസ്തകങ്ങൾ ഭംഗിയായി അടുക്കിയിരിക്കുന്നു.

"രാമൂ"

ഞാൻ മൃദുവായി വിളിച്ചു.

കട്ടിക്കണ്ണടയിലൂടെ അവന്റെ പിടഞ്ഞെണീറ്റുള്ള നോട്ടം. ഒരു നിമിഷം അത്ഭുതസ്തബ്ധനായി അവൻ നിന്നു.

"അനന്തു, സർപ്രൈസ് തന്ന്യല്ലോ, ഒരു വിവരവും തരാതെ..."

പിന്നെ ആർത്തു ചിരിക്കുന്നു രാമനാഥൻ.

ഏകാകിയുടെ സാന്ത്വനമായി സുവർണ്ണലിപികൾ മുദ്രവച്ച പുസ്തകങ്ങളുടെ ഒരു കൊച്ചു മ്യൂസിയമായിരുന്നു അവന്റെ മുറി. മിക്കതും വായിക്കാൻ തന്നിട്ടുണ്ടാവണം; അക്കാലത്ത് അതാണു പതിവ്. ഓരോ ദിവസവും ഓരോ പുസ്തകം. തൊട്ടാൽ പൊള്ളുന്ന അക്ഷരങ്ങളുള്ള പുസ്തകങ്ങൾ. അത്തരമൊരു സ്വപ്നം ഞാനും അക്കാലത്ത് മനസ്സിൽ സൂക്ഷിക്കുന്നതുകൊണ്ടാവണം എനിക്കതൊരു വിസ്മയലോകമായിരുന്നു.

കോളേജിൽവച്ച് എന്റെ ചില കഥകൾക്കുനേരെ രാമനാഥൻ വിമർശനത്തിന്റെ കൊടുങ്കാറ്റഴിച്ചുവിടുമായിരുന്നു. ഇനിയും ഏറെ വായിക്കാനുണ്ടെന്നും സോഷ്യൽ കമ്മിറ്റ്മെന്റിൽ ശ്രദ്ധിക്കണമെന്നും അവൻ പറയുമായിരുന്നു. അതിനൊക്കെ ഗാഢമായ അനുഭവത്തിന്റെ തീക്ഷ്ണത വേണമെന്ന് അവൻ ഉപന്യസിക്കുകയും ചെയ്യും.

ആയിടയ്ക്കാണ് പ്രത്യയശാസ്ത്ര പുസ്തകങ്ങളുമായി ഞാൻ കൂടുതലടുക്കുന്നത്. രാമനാഥനുമായി കൂടുതലടുത്തു എന്നുവേണം പറയാൻ. അതിനവന്റെ കൈയിൽ മാവോ സേതുങ്ങും ചെഗുവേരയും വിപ്ലവത്തിന്റെ ഇതിഹാസവുമൊക്കെയുണ്ടായിരുന്നു.

മസ്തിഷ്കത്തിൽ വിപ്ലവത്തിന്റെ പഴുതാര അരിച്ചുനടന്ന കാലം.

കോളേജ് ലൈബ്രറിയിലരങ്ങേറിയിരുന്ന സംവാദങ്ങളിലിടപെട്ട് രാമനാഥൻ ഏറെ പ്രശ്നങ്ങൾ സൃഷ്ടിച്ചിരുന്നു. ആശയമണ്ഡലങ്ങളിൽനിന്നു തിളങ്ങുന്ന ഒരു നക്ഷത്രമാകാനും ഒരുല്ക്കയായി നിലം പതിക്കരുതെന്നും എനിക്കവനോടു ഒരിക്കൽ പറയേണ്ടിവന്നിട്ടുണ്ട്. പ്രശ്നങ്ങളുണ്ടാക്കാൻ മാത്രം വഴിതെറ്റുന്നവയായിരുന്നില്ലല്ലോ അവന്റെ പൊള്ളുന്ന ചിന്തകൾ...

ആദ്യമൊക്കെ അത്ര പരസ്യമായിട്ടായിരുന്നില്ല അവരുടെ ലഘുലേഖകൾ കൈമാറൽ. നല്ലശിവവും കബീർ റാവുത്തരും ആസാദും രാമനാഥന്റെ ഡിപ്പാർട്ടുമെന്റിൽ കയറിച്ചെല്ലാൻ മടിച്ചപ്പോഴൊക്കെ ആ കൃത്യം ഞാൻ നിർവ്വഹിക്കുകയും സ്പന്ദിക്കുന്ന ഉഷ്ണമന്ത്രങ്ങൾ ഒളിച്ചുകടത്തുകയും ചെയ്തു.

ഒരു മദ്ധ്യാഹ്നനേരത്ത് ഞാനെത്തുമ്പോൾ രാമനാഥനൊപ്പം ഒരു പെൺകുട്ടിയുമുണ്ടായിരുന്നു. ഉമ, വെളുത്തു മെലിഞ്ഞ ഒരു പാലക്കാടൻ പെണ്ണ്.

"ഇത് ഉമ."

രാമനാഥൻ പറഞ്ഞു.

കൂടുതലായൊന്നും പരിചയപ്പെടുത്തേണ്ട ആവശ്യമുണ്ടായിരുന്നില്ലല്ലോ.

കുറച്ചുകൂടി ഞാൻ കാത്തു...

എനിക്കുള്ള പുസ്തകം.

ഇല്ല.

പിന്നെയൊരിക്കലും അത്തരമൊരു പുസ്തകക്കൈമാറ്റം നടന്നതുമില്ല.

തീപ്പെട്ടുപോയ ഒരു പാലക്കാടൻ അഗ്രഹാരത്തിൽനിന്നും വന്നവളാണ് ഉമയെന്ന് പിന്നീട് ഗ്യാങ്ങിലുള്ളവർ പറഞ്ഞറിഞ്ഞു. അന്നതൊരു ചർച്ചാവിഷയമായിരുന്നു. ദുർബ്ബലമായ ഒരു പ്രണയകഥയിലെ കഥാപാത്രങ്ങളാകാൻ മാത്രമേ അവരുടെ സ്വപ്നങ്ങൾക്ക് ആയുസ്സുള്ളുവെന്ന് വിശ്വസിക്കാനേ കഴിയുകയുള്ളൂ. രാമനാഥൻ വായിച്ചെടുക്കാൻ പ്രയാസമേറിയ ഒരു പുസ്തകമാണെന്ന് അന്ന് ഞാനറിഞ്ഞു. വളരെ വൈകി.

കുട്ടികളുടെ പരീക്ഷാക്കാലത്തിനു തൊട്ടുമുമ്പ് രാമനാഥന്റെ ഒരെഴുത്ത് എനിക്കു കിട്ടുന്നു. നീണ്ട നാലുവർഷം കഴിഞ്ഞ് പാലക്കാട് വിട്ട്, ജോലിസ്ഥലത്ത് വന്നതിനുശേഷമുള്ള ആദ്യത്തെ വേനലവധിക്കാലത്ത്.

രാമനാഥനെഴുതി:

"അനന്തു, ജീവിതത്തെക്കുറിച്ച് ഏറെയൊന്നും സ്വപ്നങ്ങളുണ്ടായിരുന്നില്ലെങ്കിലും ഞങ്ങളൊന്നിച്ചിട്ട് ഒരു വർഷമാകുന്നു. ഗ്യാങ് എന്നെ പൂർണ്ണമായും കൈയൊഴിഞ്ഞു. മുകളിൽനിന്നുള്ള കുറിപ്പുകളൊന്നും എന്നെത്തേടി ഇപ്പോൾ വരാറില്ല. ഇളകിപ്പോയ ജീവിതത്തിന്റെ വ്യാകരണപുസ്തകം തുന്നിയുണ്ടാക്കാൻ വൃഥാ ശ്രമിക്കുകയാണു ഞാൻ. ഉമ ഗർഭിണിയാണ്. കാലയാപനം ചെയ്യാൻ ബുദ്ധിമുട്ടേറുമ്പോൾ ഇസങ്ങളൊന്നും വിശപ്പടക്കില്ലല്ലോ."

മഷി തീർന്ന് അപൂർണ്ണതയിലവസാനിപ്പിച്ച രാമനാഥന്റെ എഴുത്ത്.

അന്ന്, കാലത്തിന്റെ ഏതോ തിരിവിൽ നഷ്ടമായതെന്തോ ഗൃഹാതുരത്വത്തോടെ എനിക്കു വീണുകിട്ടുന്നു.

പഠനം പൂർത്തിയാക്കാതെ മടങ്ങിപ്പോന്ന നാലു വർഷങ്ങൾ.

അങ്ങനെയാണ് അടുത്ത ആഴ്ച ഞാൻ രാമനാഥനെക്കാണാൻ കല്പാത്തിയിലേക്കു പുറപ്പെടുന്നത്.

ഒരു പട്ടാണിത്തെരുവ്, കല്പാത്തി. ടൗണിൽ ബസിറങ്ങിയാൽ പിന്നെ കാളവണ്ടി പിടിക്കണം. നഗരത്തിൽനിന്നു മടങ്ങുന്ന ഒരു

കാളവണ്ടി കിട്ടി.

കുടമണി കിലുക്കിക്കൊണ്ട് കാളവണ്ടി ഓടിത്തുടങ്ങി. തെരുവ്, ഉച്ച വെയിലിന്റെ തീക്ഷ്ണമായ നദിയാണ്. ഉഷ്ണക്കാറ്റിൽ ആടിയുലയുന്ന കരിമ്പനകൾ ആ നദിക്കിരുപുറവും നീണ്ടു കിടന്നു. പൊടിയുടെ തോരണം. ഉണങ്ങിവരണ്ട മനുഷ്യർ. നാറുന്ന ഓടകൾ. പൂണൂൽ ധരിച്ച പുരുഷന്മാർ.

ഒടുക്കം വണ്ടി നിന്നു.

വണ്ടിക്കാരൻ പയ്യൻ നിരത്ത് അവസാനിക്കുന്നിടത്തെ ഒരു കോളനിയിലേക്ക് കൈ ചൂണ്ടിക്കാട്ടി. എന്നിട്ടയാൾ പറഞ്ഞു:

“അവിടെത്തന്നെയായിരിക്കണം നിങ്ങൾ പറഞ്ഞ ആ വീട്.”

കരുവാളിപ്പ് പടർന്ന ചെറിയ ചെറിയ വീടുകൾ. എല്ലാ ചുമരുകളിലും മുരുകന്റെ മങ്ങിയ നിറമുള്ള ചിത്രം തൂങ്ങിക്കിടക്കുന്നു. പൊട്ടിയടർന്ന തിണ്ണയിലൊക്കെ നഗ്നരായ കുട്ടികൾ കളിച്ചു തിമിർത്തു. വൃദ്ധരായ സ്ത്രീകൾ വെറുതെ ഒച്ചവെച്ചുകൊണ്ട് കുട്ടികളെ ശാസിച്ചു. ചുമരുകളിൽ കരിക്കട്ട കോറിയ ചിത്രങ്ങൾ. ഒരു വാതിലിൻ മുന്നിൽ ഞാൻ നിന്നു മുരടനക്കി.

“രാമനാഥനെ പാക്കണം.”

“കടവുളേ...”

മൂക്കുത്തിയിട്ട മുഖത്ത് മഞ്ഞളു പൂശിയ ഒരു പാട്ടിയമ്മ വീട്ടിനുള്ളിലേക്ക് പിൻവലിഞ്ഞു. ഒരു പന്നിക്കൂട്ടം ഓടയിൽനിന്ന് കയറിവന്ന് അവിടവിടെ മണത്തു നടന്നു.

“ഉക്കാറുങ്കോ.”

അവർ നഗ്നമായിരുന്ന മാറിടം ഒരു ചേലകൊണ്ടു മറച്ച് തിരിച്ചു വന്നു.

രാമനാഥനെക്കുറിച്ച് അവിടന്നാണ് കുറേ കാര്യങ്ങൾ ഞാനറിയുന്നത്. കോളനിക്കടുത്തുണ്ടായ തൊഴിൽക്കുഴപ്പങ്ങളും വെടിമരുന്ന് ഫാക്ടറിയിൽനിന്നു പിരിച്ചുവിടപ്പെട്ട ഒരാൾക്കുവേണ്ടിയുണ്ടായ പണിമുടക്കവും.

രാമനാഥന്റെ നേതൃത്വത്തിൽ പണിമുടക്കിയവരോട് പിരിഞ്ഞു പോകാൻ പൊലീസ് ലാത്തിവീശി വിരട്ടിയതാണ്. സമരക്കാർ പക്ഷേ, പിരിഞ്ഞു പോയില്ല.

രാമനാഥന്റെ ഉരുക്കുമുഷ്ടികൾ പ്രകോപനപരമായ മുദ്രാവാക്യങ്ങളുമായി ഉയർന്നുകൊണ്ടേയിരുന്നു. പണിമുടക്കിയിരുന്നവർ അക്രമാസക്തരായി ഫാക്ടറിയുടെ ഇരുമ്പുഗേറ്റു തകർത്തു.

പെട്ടെന്ന് വെടിപൊട്ടി.

പിന്നെ തുടരെത്തുടരെയുണ്ടായ വെടിയൊച്ചയിൽ ആൾക്കൂട്ടം ചിതറിയോടി.

നിലവിളി. ഫാക്ടറിയിലെ ഏതോ ഒരു ക്യാബിനിൽ തീയെറിഞ്ഞപ്പോഴുണ്ടായ ആളിപ്പടരൽ. കനത്ത ബൂട്ട്സുകളുടെ ആരോഹണാവരോ

ഹണങ്ങൾ.

ഒടുവിൽ, തീവ്രവാദക്കുറ്റം ചുമത്തി, വലിച്ചിഴച്ച് രാമനാഥനെ ലോക്കപ്പിലിട്ടെന്ന്, രക്തം ഛർദ്ദിച്ച് ബോധമറ്റ് ധർമ്മാസ്പത്രിയുടെ തടവിലായെന്ന്, ഓർമ്മയുടെ കണ്ണട ഉടഞ്ഞുപോയെന്ന്...

“അയ്യാ രാമനാഥൻ പാവമയ്യാ.”

ആ സ്ത്രീയുടെ കരച്ചിൽ ഇപ്പോഴും കാതിലലയടിക്കുന്നു.

ഉഷ്ണത്തിന്റെ ഈ മഞ്ഞക്കെട്ടിടം കടന്ന് എനിക്കിറങ്ങാനുള്ള നേരമായിരിക്കുന്നു. പുറത്ത് ഇരുൾ വീണു തുടങ്ങിയിട്ടുണ്ട്. പറയാൻ കരുതിയിരുന്ന വാക്കുകളൊക്കെയും കണ്ണീരിലലിഞ്ഞുപോയല്ലോ, രാമനാഥാ...

അമാവാസി

അന്ന് അയാളുടെ ജന്മദിനമായിരുന്നു.

ശൂന്യമായ മനസ്സോടെ അയാൾ മുറിയിൽത്തന്നെയായിരുന്നു. തരകമേല്ക്കൂരയിൽ പതിക്കുന്ന മഴയുടെ നേർത്ത കുളിരിൽ കൂനിക്കൂടിയിരിക്കവെ തന്റെ പിറവിയെക്കുറിച്ച് അയാൾ ഓർത്തു.

നനവു പടർന്ന തിണ്ണയിൽ, കീറപ്പായിൽ, അലോസരപ്പെടുത്തുന്ന കരച്ചിലോടെ കിടന്ന ഒരു കുഞ്ഞ്. ജനിച്ചപ്പോഴേ അമ്മ കുഞ്ഞിനേയുമുപേക്ഷിച്ച് പോയിരുന്നു. മുലപ്പാലിന്റെ ഹൃദ്യമായ ഗന്ധംപോലും വ്യഥിതമായ ബാല്യത്തിന്റെ സ്മൃതിയിലൊരിടത്തുമുണ്ടായിരുന്നില്ല പിന്നീട് അമ്മ. ആദ്യം തടഞ്ഞ കളിപ്പാട്ടം നാണിത്തള്ളയുടെ വറ്റിയ മുലകളാണ്. തള്ളയുടെ മുഖത്ത് വ്യക്തമാവുന്ന ചിരിയിലാണ് ബാല്യം കടന്നുപോയത്. ഉടഞ്ഞുപോകുന്ന കുപ്പിവളകളുമായി ഒരുപാടു പെൺകുട്ടികളുണ്ടായിരുന്നു അന്ന് വീടുവച്ച് കളിക്കാൻ. തൊട്ടതിനും പിടിച്ചതിനും അവരെ നാണിത്തള്ള ചീത്തകൊണ്ടു പൊതിയും. ഇടയ്ക്കിടെ ഏതെങ്കിലുമൊരു പെൺകുട്ടിയുടെ കരച്ചിൽ ഉറക്കത്തിൽ ഞെട്ടിയുണർത്താറുണ്ട്. പിന്നെ ഉറങ്ങാനാവില്ല. കിലുങ്ങുന്ന നാണയങ്ങളുടെ ഓർമ്മപ്പെടുത്തലായി നാണിത്തള്ളയുടെ ചിരിയുയരും. മുറുക്കിത്തുപ്പി കുത്തിപ്പിടിച്ച് പ്രാകി ഒടുക്കം നാണിത്തള്ളയും നാടുനീങ്ങി.

സ്വന്തമായ ഒരു ലോകം കാത്തിരിപ്പുണ്ടെന്ന് പറഞ്ഞുതന്നത് സുമംഗലയായിരുന്നു.

അതുവരെ നിയതമായ രൂപമില്ലാത്ത മനസ്സും ശരീരവുമായി അലയുകയായിരുന്നു. തിളയ്ക്കുന്ന വേനലിനുപിറകെ പുതുമണ്ണിന്റെ നറുമണമുയർത്തിക്കൊണ്ട് മഴ വരും. ഭൂമിയിലേക്കിറങ്ങി വരുന്ന ആദ്യത്തെ മഴ. അപ്പോഴൊക്കെ അയാൾ പുനർജ്ജനിച്ചുകൊണ്ടേയിരുന്നു.

സുമംഗലയ്ക്ക് മാത്രമേ ചോരാത്ത ഒരു വീടുണ്ടായിരുന്നുള്ളൂ.

മേല്ക്കൂരയിൽ വന്ന് മഴ താളം പിടിക്കുമായിരുന്നു. കാറ്റ് വാതിലിനു പിറകിൽ മറഞ്ഞുനിന്ന് നിശാഗന്ധികളെ മുറിയിലേക്ക് പറത്തുമായിരുന്നു. ഒരേ പായിൽ അവളോടൊത്ത് ഇളം ചൂടുള്ള മാറിൽ പറ്റിച്ചേർന്ന് കിടന്നപ്പോൾ ഒരിക്കൽ ഒരു കൊച്ചുകുട്ടിയെപ്പോലെ കരഞ്ഞതും സ്നേഹത്തിന്റെ കടലാസുപുഷ്പങ്ങൾ ആ കണ്ണീരിൽ ഒഴുകി വന്നതും അയാളോർത്തു.

പുകനിറമടിഞ്ഞ് പഴകാത്ത ഒരു ചിത്രം അതു മാത്രമായിരുന്നു.

പരോളിലിറങ്ങിയശേഷം അയാൾ ആദ്യം ചെന്നുകയറിയത് കള്ളുഷാപ്പിലേക്കാണ്. വീട്ടിലേക്കുള്ള വഴി മറന്നതായിരുന്നില്ല. ഇന്നുമോർമ്മയുണ്ട്. കുണ്ടനിടവഴിയും വരമ്പും തെക്കേച്ചിറയും ഗണപതിമണ്ഡപവും. റോഡിൽ അയാളെയും കാത്തുനിന്ന കൃഷ്ണപ്പൻ ഒരുപാടുനേരം കെട്ടിപ്പിടിച്ച് സങ്കടം പഞ്ഞു.

“സുമംഗല ഇപ്പൊ എവിട്യാ?”

അയാൾ അവനോട് ചോദിച്ചു.

“കച്ചോടം അല്പം കമ്മ്യാ. പണ്ടെത്തകാലോന്നല്ലല്ലോ.” കൃഷ്ണൻ തെല്ലിടനിർത്തി തുടർന്നു:

“അണ്ണൻ വരുന്ന കാര്യം പറഞ്ഞപ്പൊ മിനിഞ്ഞാന്നന്തിക്ക് വാഴത്തേടേലൊഴിക്കേണ്ട മീൻവെള്ളം എന്റെ മുഖത്തൊഴിച്ചു ആ അറുവാണിച്ചി.”

കൃഷ്ണപ്പൻ നിർത്താനുള്ള ലക്ഷണമൊന്നുമില്ലെന്നു കണ്ടപ്പോൾ അയാൾ കൈയാംഗ്യം കാട്ടി. പിന്നൊന്നും ചോദിച്ചില്ല. വല്ലാതെ വീർപ്പുമുട്ടലനുഭവപ്പെടുന്നുണ്ടായിരുന്നു അയാൾക്ക്. മുന്നിൽ വലിയ കന്മതിലുകളില്ല. കുത്തനെയുള്ള വഴിയാണ്. തെക്കെച്ചിറയിൽപ്പോയി ഉള്ളുകുളിർക്കെ ഒന്നു നീന്തണം. പിന്നെ വേണ്ടന്നുവെച്ചു. മുണ്ട് മടക്കിക്കെട്ടി നെഞ്ചും വിരിച്ച് കള്ളുഷാപ്പിൽപോയി കുടിച്ചു. എളിയിലിരുന്ന കത്തികൊണ്ട് പുറം ചൊറിഞ്ഞ് കുടിച്ച കള്ളിന്റെ കണക്കുപറയാതെ കുറേ നോട്ടുകളെടുത്ത് നീട്ടി. പറ്റുകാരൊക്കെ അയാളെ നോക്കി പരസ്പരം പിറുപിറുത്തു. ഒരാളുടെ മുഖത്തും ശ്രദ്ധിക്കാൻ പോയില്ല. ഇറങ്ങി നടന്നു. തലയ്ക്കു വെളിവു കെട്ടിരുന്നില്ല.

നേർത്ത നാട്ടുവെളിച്ചമുണ്ട് വഴിയിൽ. നിരത്തിൽനിന്നും കുണ്ടനിടവഴിയിലേക്ക് തിരിഞ്ഞു. നേർത്ത പാടവരമ്പാണ് അതുകഴിഞ്ഞാൽ. കാലിടറി ഒന്നുരണ്ടുതവണ വീണു അയാൾ. വീണ്ടും, വീണ്ടുമെഴുന്നേറ്റ് നടന്നും തെക്കേച്ചിറയുടെ അരികിലെത്തി. ചിറയ്ക്കടുത്തുള്ള ഗണപതി മണ്ഡപത്തിൽ വിളക്കു തെളിഞ്ഞിരുന്നു. കഷ്ടിച്ച് നാലഞ്ച് നട. വീട്.

ഏറെനേരം മുറ്റത്ത് അറച്ചു നിന്നു. ആരോ വാതിൽ തുറക്കാനുള്ളതുപോലെ കാത്തിരുന്നപ്പോൾ അയാൾക്ക് ഒന്നുറക്കെ കരയണമെന്നു തോന്നി.

വാഴക്കൂട്ടങ്ങൾക്കിടയിൽ കിതപ്പടക്കി അയാളിരുന്നു. നിലാവുദിച്ചിരുന്നതിനാൽ നല്ല വെളിച്ചമുണ്ടായിരുന്നു. തോട്ടിറമ്പിൽനിന്ന് കയറിവന്ന തവളകൾ കരഞ്ഞുകൊണ്ടിരുന്നു.

കുളിപ്പുരയിലേക്ക് അവൾ കയറിയിട്ടേയുള്ളൂ. നിലാവിന്റെ വെളുത്ത തൂവലുകൾ പാറിവീണ് അവളുടെ നഗ്നമായ ദേഹം തിളങ്ങുന്നുണ്ടായിരുന്നു. കാച്ചിയ എണ്ണയുടെ പരിമളം.

കാത്തുവെച്ച മൗനത്തിന് അറുതിയെത്തുകയാണ്. തോട്ടിറമ്പിൽ നിന്നും ഒരു പെൻടോർച്ചിന്റെ വെട്ടം കത്തിയണഞ്ഞു. ഒരു ബീഡിക്കു തീ കൊളുത്തിയപ്പോൾ ആ മുഖം ദൃശ്യമായി. ഭയന്ന് ഒന്നു പിന്നോട്ടടിച്ച് രൂപം ചോദിച്ചു.

"ഹാരാ?"

"ഞാനാ അനന്തൻ." അയാൾ പറഞ്ഞു.

അയാളുടെ കൊലച്ചിരിയുയർന്നു. വിറയലോടെ തിരിഞ്ഞോടാനാഞ്ഞ രൂപത്തെ ഒന്നൊച്ചയിടാൻ ഇടകൊടുക്കാത്തവിധം വരിഞ്ഞുമുറുക്കുകയായിരുന്നു അയാൾ. കൈ കഴുത്തിലേക്കു താഴ്ന്നു. ചെറിയൊരു വിളി. അത് സുമംഗല കേട്ടിരിക്കണം. കുളിപ്പുരയിൽനിന്നും അവളിറങ്ങി വന്നു.

അവൾ നടുങ്ങി സ്തബ്ധയായി നില്ക്കുമ്പോൾ അയാൾ പറഞ്ഞു: "ഈ രാത്രിക്കാണ് ഞാൻ കാത്തു നിന്നത്. നീ എത്രപേരെ വഞ്ചിക്കുമെടീ കൂത്തിച്ചിമോളേ..."

അപ്പോൾ അവളുടെ അമ്മ വീട്ടിനകത്തുനിന്നും ഇറങ്ങിവന്നു. അവർ ഒരു പാരീസുവിളക്കുയർത്തി വിളിച്ചു ചോദിച്ചു:

"കഴിഞ്ഞില്ലേടീ നിന്റെ നീരാട്ട്?" കൈ നീട്ടിയപ്പോൾ മുടിയിഴകളാണ് തടഞ്ഞത്. വാഴക്കൈകൾ തട്ടിമാറ്റി ഉടുതുണിയില്ലാതെ നിലവിളിയോടെ അവൾ പിടഞ്ഞോടി. അവളുടെ അമ്മ അലമുറയിട്ടു. അരിശം തീരാഞ്ഞ് അവർക്കുമുമ്പിലിട്ട് ഒരുപാട് തവണ അവനെ കുത്തിമലർത്തി അയാൾ.

ഓടിയടുക്കുന്ന ആൾക്കൂട്ടത്തിന്നിടയിലേക്ക് തലകുമ്പിട്ടിരിക്കാനേ അയാൾക്കു കഴിഞ്ഞുള്ളൂ.

ജീവപര്യന്തശിക്ഷയ്ക്ക് മൊഴികൊടുത്തത് സുമംഗലയാണ്:

പരോളിലിറങ്ങിയത് നാട്ടുകാരുടെ മുമ്പിൽ നെഞ്ചുവിരിച്ച് നടക്കാനായിരുന്നില്ല. പിന്നെ? അയാളതാലോചിക്കുകയായിരുന്നു. പിന്നെന്തിനായിരുന്നു ഇവിടെത്തന്നെ തിരിച്ചുവന്നത്?

എത്രാമത്തെ ജന്മദിനമായിരുന്നു അത്?

ഉമ്മറത്ത് താടിക്കു കൈയും കൊടുത്തിരിക്കുകയാണ് കൃഷ്ണപ്പൻ.

"സുമംഗലയെ ഒന്നു കാണണം."

അയാൾ പറഞ്ഞു.

കൃഷ്ണപ്പൻ വിശ്വസിക്കാനാവാത്തതുപോലെ അയാളെ നോക്കുകയാണ്.

"ഇന്നുതന്നെ, ഈ രാത്രീൽത്തന്നെ."

അയാൾ മെല്ലെ ചിരിച്ചു.

അതിന്റെ പൊരുളറിയാത്തതുപോലെ കൃഷ്ണപ്പൻ അയാളുടെ മുഖത്തേക്കുറ്റുനോക്കി. അവനൊന്നും മനസ്സിലായില്ല. എന്തോ ഓർത്ത് നെടു

വീർപ്പിട്ട് അവൻ മഴചാറുന്ന മുറ്റത്തേക്കിറങ്ങി. അയാൾക്ക് അവനെ തിരിച്ച് വിളിക്കണമെന്നുണ്ടായിരുന്നു. പക്ഷേ, വിളിച്ചില്ല. കണ്ണിൽ നിന്നു മറയുന്നതുവരെ നോക്കിനിന്നു. മഴയത്ത് തെക്കേച്ചിറയിൽ പതച്ചുകുളിക്കുന്ന കുട്ടികളിലേക്ക് പിന്നെ ഓർമ്മ വഴുതി. ഗണപതിമണ്ഡപത്തിനു നേരെ നടന്നടുക്കുന്ന പഴയ മാരാര്. തോളിൽത്തൂക്കിയിട്ട ഒരു പൊട്ട ച്ചെണ്ട. കഴിഞ്ഞ ഏത് ഉത്സവത്തിനാണ് ഒരുപാട് പൊട്ടിയ കുപ്പിവളകളുള്ള ഈ വീട്ടിലേക്ക് സുമംഗലയെ കൂട്ടിക്കൊണ്ടുവന്നത്?

കോലായിൽ കാലുനീട്ടിയിരുന്ന് നാമം ജപിക്കുകയായിരുന്നു സുമംഗലയുടെ അമ്മ.

"... ഈ നരകവാരിധി നടുവിൽ ഞാൻ
ഈ നരകത്തീന്നെന്നെ കര കേറ്റീടേണേ
തിരുവൈക്കം വാഴും ശിവശംഭോ..."

അവർക്ക് ആളെ മനസ്സിലാകുമോ? തലയറഞ്ഞ് ആട്ടമായിരിക്കും. ഒരുപക്ഷേ, ഈ ത്രിസന്ധ്യക്ക് കയറിവന്നിരിക്കുന്നൂ അശ്രീകരം എന്നാവും.

അയാൾ മുരടനക്കി.

നാമജപം നിർത്തി സുമംഗലയുടെ അമ്മ ആളെ പകച്ച് നോക്കുകയാണ്. മുറുക്കാൻചെല്ലം നീക്കിവെച്ച് വിളക്കെടുത്തുയർത്തി.

"വന്നോളൂ.. .ആളെ മനസ്സിലായില്യാലോ."

"ഞാൻ അനന്തൻ."

"ഏത് അനന്തനാ?"

"നാണിത്തള്ളേടെ...ജയിലീന്നുള്ള വരവാ."

അവരുടെ നാവിറങ്ങിപ്പോയിരിക്കും. കണ്ണു നിറയുന്നു. മുഖം തിരിഞ്ഞു നടക്കാനാഞ്ഞതാണ് അയാൾ. മുന്നിൽ സുമംഗല വഴിതടഞ്ഞ്.

മുടിയഴിച്ചിട്ട്, എല്ലും തോലുമായ ഏതോ ഒരാളെപ്പോലെ സുമംഗല നില്ക്കുന്നു. പഴയ പ്രസരിപ്പെല്ലാം മങ്ങി നിറങ്ങളൊഴുകിപ്പോയ ഏതോ ഒരു പെണ്ണ്.

"ഇനി എന്നെയും കൊല്ലാനാവും പൊറപ്പാട് ല്ലെ? കൊന്നോളൂ... ഞാനതും കാത്താണ് ഇത്രനാളും ജീവിച്ചത്. അത്രയ്ക്ക് പെഴച്ചവളായിപ്പോയില്ലേ ഞാൻ..."

അവളുടെ നിലവിളി വേച്ചൊടുങ്ങി.

ആരോട് പ്രതികാരം തീർക്കാനാണ് വന്നത്? അയാൾ ആത്മഗതം ചെയ്തു. അമാവാസികളിൽ ഏത് നിലാവിനെയാണ് സ്വപ്നം കണ്ടത്?

അയാൾ പിന്തിരിഞ്ഞു നടന്നു. കണ്ണിൽ തറഞ്ഞുകേറുന്ന ഇരുട്ടിന്റെ സൂചികൾ. മഴ തകർത്തു പെയ്യാൻ തുടങ്ങി. എങ്ങോട്ടെന്നറിയാതെ മഴ നനഞ്ഞ് അയാൾ നടന്നു. ഓർമ്മയുടെ വരമ്പുകളിലൊന്നൊന്നായി മഴവെള്ളപ്പാച്ചിലിൽ ഇടിഞ്ഞുപോയി. ഏതോ ഒരു വീടിന്റെ തിണ്ണയിലേക്കു ഒടുവിൽ തളർന്നുവീഴുമ്പോൾ അയാൾ വിളിച്ചുകൊണ്ടിരുന്നു: "സുമംഗലേ കതക് തുറക്ക്..."

ജാരന്മാർക്ക് വിരുന്ന്

എല്ലാ മുറികളിലും ബന്ധുക്കളുടെ തിരക്കാണ്. കുഞ്ഞുലക്ഷ്മി യെവിടെ? തലേന്നാളത്തെ രാത്രിയിൽപ്പോലും നേരാംവണ്ണം ഒന്നു കണ്ടില്ല. മുറിയിൽ കയറിയപാടെ 'ക്ഷീണംല്ലേ കെടന്നോളൂ' എന്നു പറഞ്ഞ് കുഞ്ഞുലക്ഷ്മി തിരിഞ്ഞു കിടന്നുറങ്ങുകയും ചെയ്തു. അതു വരെ അപരിചിതയായിരുന്ന ഒരു പെൺകുട്ടിയെ എങ്ങനെ കൈകാര്യം ചെയ്യുമെന്ന് അയാൾക്കറിയില്ലായിരുന്നു.

കുഞ്ഞുലക്ഷ്മി അയാളെത്തേടി മുറിയിലെത്തുമ്പോൾ കൂടെ ഒരാളുണ്ട്.

“ഞാൻ പറഞ്ഞില്ലേ ഒരു ശിവകൃഷ്ണൻ. ന്റെ കസിനാ.” കുഞ്ഞുലക്ഷ്മി പരിചയപ്പെടുത്തി.

ഉച്ചയ്ക്ക് വിരുന്നുകഴിഞ്ഞ് സ്വസ്ഥമായിരിക്കുമ്പോഴും മറ്റൊരാളുമായി അയാൾക്കു മുന്നിൽ കുഞ്ഞുലക്ഷ്മിയെത്തി.

“നമ്മുടെ കല്യാണത്തിനു വരാൻ പറ്റില്ലന്നു പറഞ്ഞയാളാ. ടൂറിലായിരുന്നല്ലോ. ദാ വന്നിരിക്കുന്നു ക്ലാസ്മേറ്റ് ഹരിനാരായണൻ. ഫോറിനിലായിരുന്ന്. അതാ സ്നേഹോള്ളോർ.” കുഞ്ഞുലക്ഷ്മി ചിരിയോടെ പറഞ്ഞു.

മൂന്നാംനാൾ, അച്ഛനേയും അമ്മയേയും ബന്ധുക്കളേയും വിട്ട് ദൂരെയുള്ള അയാളുടെ വീട്ടിലേക്കിറങ്ങവെ കുഞ്ഞുലക്ഷ്മിയുടെ ചിരി കെട്ടു.

തീവണ്ടിമുറിയിൽ കുഞ്ഞുലക്ഷ്മിയോടൊത്ത് യാത്ര ചെയ്യുമ്പോൾ അയാൾ വല്ലാതെ ഭയന്നു. കുഞ്ഞുലക്ഷ്മിയുടെ സുരക്ഷിതത്വം ഇനി തന്നിലാണ്. കൊത്തി വലിക്കുന്ന കഴുകൻ കണ്ണുകളാണ് ചുറ്റിലും.

പൊടുന്നനെ, തിരക്കിൽനിന്നും യാത്രക്കാരുടെ വൃത്തികെട്ട കൈകൾ കുഞ്ഞുലക്ഷ്മിയുടെ നേരേ നീണ്ടുവരുന്നത് അയാൾ കണ്ടു.

കുഞ്ഞുലക്ഷ്മി അവരോട് ചിരിക്കുന്നതും കുശലം പറയുകയും ചെയ്യുന്നത് അമ്പരപ്പോടെ അയാൾ നോക്കിയിരുന്നു. ഇരുന്നും ചെരിഞ്ഞും കടലകൊറിച്ചും വിസിലൂതിയും പാട്ടുപാടിയും യാത്ര തുടർന്ന അവരുടെ അശ്ലീലച്ചിരി അയാൾക്കസഹ്യമായി.

"കുഞ്ഞുലക്ഷ്മി, നമുക്കിറങ്ങാനുള്ള സ്ഥലമായി വാ..."

അയാൾ പിടഞ്ഞെണീറ്റ് കുഞ്ഞുലക്ഷ്മിയെ വിളിച്ചതാണ്. സഹയാത്രികരുടെ തിരക്കിലിരുന്ന് സ്വപ്നത്തിലെന്നോണം കുഞ്ഞുലക്ഷ്മി അയാളോട് പറഞ്ഞുകൊണ്ടിരുന്നു. 'ഇത് അനന്തകൃഷ്ണൻ, ഇത് ജയപാലൻ, ഇത്... ഇത്...'

പാതിര വരുന്നു

ഉച്ചയെത്തുമ്പോഴാണ് കണ്ണുകളിൽ മയക്കം വന്നുതുടങ്ങുന്നത്. എല്ലാവരിലും വേദനയുടെ നട്ടുച്ചയാവുമ്പോൾ എന്നിലത് സുഷുപ്തിയുടെ ആഴമാവുന്നു.

"ഒന്നു തീപ്പെട്ടി തരോ?"

ശ്വാസകോശങ്ങളൊക്കെ ദ്രവിച്ച് എന്നോ മരിക്കേണ്ടിയിരുന്ന ഒരാളാണ്. എന്റെ ബെഡ്ഡിനോടടുത്തുതന്നെയാണ് അയാളുടെ കിടപ്പ്. പ്രത്യാശയോടെ എന്റെനേരെ അയാൾ തീപ്പെട്ടിക്കായി കൈനീട്ടുകയാണ്.

"പുകവലിക്കരുതെന്നല്ലേ ഡോക്ടർ പറഞ്ഞത്."

ഞാൻ പറഞ്ഞു.

ബീഡി വലിക്കാതെങ്ങനെയാണ് താൻ ജീവിക്കുക എന്ന അർത്ഥത്തിൽ അയാൾ എന്നെ നോക്കുകയാണ്. എനിക്കും സംശയമുണ്ട്. തലയിണയ്ക്കടിയിൽനിന്ന് ഒരുകെട്ടു ബീഡിയും തീപ്പെട്ടിയും കണ്ടെടുത്ത് ഡോക്ടർ ജനലിലൂടെ പുറത്തേക്കെറിഞ്ഞതു മുതൽ കിഴവൻ മിണ്ടാതായതാണ്.

ദുർബ്ബലമായ നെഞ്ചിൻകൂട്ടിൽനിന്ന് തളർന്നൊടിയുന്ന പക്ഷിയുടെ ചിറകടി നേർത്തതിലും കൂടിയിരുന്നു. പഴയ ഒരു നാഴികമണിയുടെ മർമ്മരംപോലെ അത് സ്പന്ദിച്ചുകൊണ്ടിരുന്നു. നെഞ്ചു പുകയ്ക്കാൻ ഒരു തീപ്പെട്ടി കിട്ടാതെ അയാൾ ബെഡ്ഡിൽ വിറങ്ങലിച്ചു കിടന്നു.

കിഴവൻ മരിച്ചുപോകും.

ഈ ആഴ്ചയുടെ അറുതിയിൽ...

പേടി തോന്നുന്നുണ്ട്.

പേടിക്കരുത്. മൂന്നാംനാൾ എന്റെ ശസ്ത്രക്രിയ കഴിഞ്ഞ് വരുമ്പോഴേക്കും അതൊഴിഞ്ഞു കിടക്കും. മനസ്സ് പറയുന്നു.

വെയിലിനു നന്നേ ചൂടുകൂടിയിരുന്നു. കണ്ണടയ്ക്കാൻ സമ്മതിക്കാത്ത വിധത്തിൽ അയാൾ ചുമയ്ക്കാൻ തുടങ്ങി. ജനൽപ്പാളികൾ കൈയെത്തിച്ച് തുറന്നിട്ടു. പുറത്ത് നേർത്ത കാറ്റുണ്ട്. ജനാല തുറന്നിടരുതെന്ന് നേഴ്സ് പറഞ്ഞിരുന്നതാണ്. അയാൾക്ക് ശ്വാസം മുട്ടും.

കിഴവന് അരികിലുണ്ടായിരുന്ന ആ പ്രായം ചെന്ന സ്ത്രീ എവിടെപ്പോയതാണ്?

മഞ്ഞനിറമുള്ള ഒരു പാത്രവുമായി അവർ പുറത്തുപോയിട്ട് എത്രയോ നേരമായിരിക്കുന്നു.

സുശീല വരേണ്ട നേരമാവുന്നതേയുള്ളൂ.

വായിൽ രുചി തോന്നിയില്ലെങ്കിലും വീട്ടിൽനിന്നുതന്നെ ഊണ് കൊണ്ടുവരാമെന്ന് സുശീലയാണ് നിർബ്ബന്ധം പിടിച്ചത്. ഇത്രയും വൈകുമെന്ന് പ്രതീക്ഷിച്ചതുമില്ല.

കിഴവന്റെ ചുമ അല്പമൊന്നടങ്ങി.

ഇനി ദീർഘനേരത്തേക്ക് ഉറങ്ങിക്കോളും. ശല്യം രാത്രിയിലാണ്. ഒരുപോള കണ്ണടയ്ക്കാൻ സമ്മതിക്കാതെ ചുമയ്ക്കും. തല തിരിച്ച് നോക്കുമ്പോൾ അയാൾ ഉറങ്ങാനുള്ള ലക്ഷണമല്ല. ഒരു മുറിബീഡി ചുണ്ടിൽ തങ്ങിനില്പുണ്ട്. അതെവിടെനിന്നും കിട്ടി? തീപ്പെട്ടി പരതുകയാണ്. നിരാശനായി എന്നെ ഉറ്റുനോക്കുകയാണ് പിന്നെ...

തലയിണയ്ക്കടിയിൽ തീപ്പെട്ടിയുണ്ട്. രാത്രി കറണ്ടുപോകുമ്പോൾ കത്തിക്കാനുള്ള മെഴുകുതിരിയോടൊപ്പം. കൊടുക്കണോ? കൊടുക്കണമെന്ന് മനസ്സ് പറയുന്നു.

ഇതും കഴിഞ്ഞ് ഇനി വലിക്കരുത്.

പക്ഷേ, അയാൾ തീപ്പെട്ടി വാങ്ങാൻ കൈ നീട്ടിയില്ല.

ഒന്നുംപറയാതെ, ചുണ്ടിൽനിന്നും മുറിബീഡി തെറുപ്പിച്ചു കളഞ്ഞ് മുകളിലേക്ക് നോക്കിക്കിടന്നു. തീപ്പെട്ടിക്കൊള്ളിയിൽനിന്ന് പൊടിയുന്ന അഗ്നിയുടെ നാമ്പ് കിഴവന്റെ ഉള്ളിൽക്കിടന്ന് ഇനി പുകയും. ഹൃദയത്തിൽനിന്നും പ്രാണന്റെ പിടച്ചിൽ. ബീഡിപ്പുക ഗതിതെറ്റി വിളർത്ത ചില്ലകളിലൂടെ ഒലിച്ചിറങ്ങുന്ന പുകമഞ്ഞ്.

വയ്യ...

അടിവയറ്റിൽനിന്ന് വേദന മുകളിലേക്ക് കൊളുത്തി വലിക്കുന്നു. ചെറുതായി ചുരുണ്ടു കിടന്നു. ഇപ്പോൾ കിഴവന്റെ ഞരക്കം കേൾക്കുന്നു...

“ഞാൻ ചത്തുംപോം...”

ചത്തുപോകേണ്ട കാലം കഴിഞ്ഞെന്നാണ് പ്രായം ചെന്ന ആ സ്ത്രീയോട് ഡോക്ടർ പറഞ്ഞത്. അഡ്മിറ്റാക്കിയ അന്നത്തെ രാത്രിയിൽത്തന്നെ. പരിയാരത്തെ ടി ബി സാനിറ്റോറിയത്തിൽനിന്നു മടക്കിയതാണ്. ഒടുക്കം ഇവിടന്നുതന്നെയാകണം. അത്രമാത്രം അപകടാവസ്ഥയാണ്.

എന്തോ കത്തിയമർന്ന മണമായിരുന്നു അന്നു വാർഡിൽ.

ഉച്ചയ്ക്കുള്ള ഭക്ഷണവുമായി സുശീല ഇനിയും വന്നിട്ടില്ലല്ലോ. ജനറൽ വാർഡിലെ രോഗികൾക്കാർക്കും കൂട്ടില്ലെന്ന് അമ്പരപ്പോടെ അപ്പോൾ

ഞാനറിയുന്നു. നേഴ്സുമാർ കൈയൊഴിഞ്ഞ ഒരിടം. ഇടനാഴിയിലൂടെ സ്ട്രെച്ചറുകൾ നീങ്ങിപ്പോകുന്ന ഒച്ച. അതും നിലച്ച് വ്യഥിതമായ മൗന ത്തിലേക്ക് കണ്ണടയുമ്പോൾ കിഴവന്റെ ജല്പനം.

"ഇല്ല... ഒരു കള്ളാസിലും ഒപ്പിടില്ല..."

ഇന്നലെ മുതൽ അത് കേൾക്കാൻ തുടങ്ങിയതാണ്. ആരോ അയാളെ എന്തിലെങ്കിലും ഒപ്പിടാൻ നിർബ്ബന്ധിക്കുന്നുണ്ടാവണം. ഇനി മയങ്ങാനാവില്ല. എഴുന്നേറ്റിരുന്നു ബെഡ്ഡിൽ.

രാത്രിയിലും അങ്ങനെത്തന്നെയായിരുന്നു. നഴ്സ്, ഞരമ്പിൽ മര വിപ്പിന്റെ സിറിഞ്ചു കുത്തിവച്ചിട്ടും എനിക്കുറങ്ങാനാവുന്നില്ല. എന്റെ കണ്ണുകൾ തുറന്നുതന്നെ കിടന്നു.

"തീരെ ഉറങ്ങാഞ്ഞിട്ടാ വേദനയുണ്ടെന്നു തോന്നുന്നത്."

സുശീലയുടെ പരിഭവമാണ്. ഉറക്കംതൂങ്ങി അവൾ കാവലിരിക്കു കയാണ്. പാതിരയുടെ ഭീതിദമായ കാലൊച്ചയിൽനിന്ന് കിഴവൻ കുത റിയുണരുമ്പോൾ പിന്നെ ശിവരാത്രി തന്നെ. ഒറ്റയ്ക്കുള്ള സംസാരമാണ് സഹിക്കാനാവാത്തത്. ഒരുപാടൊരുപാട് കടലാസുകളെക്കുറിച്ച്... ഇനിയും മുദ്രചാർത്താത്ത കൈയൊപ്പുകളെക്കുറിച്ച്, അയാൾ വീണ്ടും ചുമയ്ക്കാൻ തുടങ്ങി.

ഉച്ചമയക്കത്തിന്റെ വഴുക്കുന്ന പടവുകളിറങ്ങിത്തുടങ്ങിയവർ ഇപ്പോൾ കാലിടറി വീഴും. നിറഞ്ഞ വ്യാകുലതകളുമായി അവരൊക്കെ തലയുയർത്തി നോക്കും. എല്ലാവരിലും അസഹ്യതയുടെ വെയിൽത്തിര യുയരും.

അയാൾക്ക് ബന്ധുക്കളായി ആരുമില്ലെന്നാണ് ആ സ്ത്രീ പറ ഞ്ഞത്. പക്ഷേ, ഭാര്യയും മുതിർന്ന കുട്ടികളുമൊക്കെയുണ്ടത്രേ. അവർ അയാളെ കൈയൊഴിഞ്ഞതാവാം. തൊണ്ടയിൽ അന്നമിറങ്ങാതാ വുകയും നടക്കാൻ ശേഷി കുറയുകയും ചെയ്തപ്പോൾ തുണ ഏതോ ഒരു സ്ത്രീ മാത്രം. അവർ കിഴവന്റെ ആരാണെന്നാണ് പറഞ്ഞത്?

നന്നായി വിശപ്പു തോന്നുന്നുണ്ട്.

സുശീല ഇനിയും വൈകുന്നതെന്താണ്.

സമയം എത്രയായിക്കാണും? ഇടനാഴിയിൽ സമയമറിയിക്കുന്ന ഘടികാരമുണ്ട്.

വാട്ടിയ നാക്കിലയിൽ പൊതിഞ്ഞ ചോറുമായി സുശീല വരുന്നു ണ്ടാവും. ഒരുപക്ഷേ, തെരുവിലെ തിരക്കിലും വാഹനസഞ്ചയത്തിലും ശ്രദ്ധ ഒരിട തെറ്റാതെ അവൾ വരുന്നുണ്ടാവും. നട്ടുച്ച പൊള്ളുന്ന ഒരു നദിയാണ്. അതു കണ്ണിലെ മയക്കത്തെ മുക്കിത്താഴ്ത്തുന്നു. നിരാലംബ വാർദ്ധക്യങ്ങളെപ്പോലെ തുറന്നിടാത്ത ജനാലയ്ക്കു പിറകിൽ ഞാനും ശ്വാസം കിട്ടാതെ പിടയുന്നു.

വേദനയുടെ ആരൂഢം ആദ്യം അടിവയറ്റിൽ ഒരു കുമിളുപോലെ യാണ് പൊട്ടിമുളച്ചത്. ജീവിതത്തിന്റെ കേവലമായ നിലനില്പിനുവേണ്ടി യുള്ള തിരക്കിൽ അതു ശ്രദ്ധിച്ചതുമില്ല. വേദന അത്രയും ദുസ്സഹമായ

പ്പോഴാണ് വേഗത കുറഞ്ഞത്. ജീവിതത്തിന്റെ നിരർത്ഥകത ഒരറിവു പോലെ എന്നിൽ വളരുകയായിരുന്നിരിക്കണം. തിളച്ച പകലിൽനിന്ന് നേർത്ത വെളിച്ചമുള്ള ഒരു മുറിയിലേക്ക് ഓടിക്കയറിയതുപോലെ... വേദന ലിംഗാഗ്രം വരെ ചുട്ടുനീറി.

സുശീല, നനുത്ത സാന്ത്വനവുമായി അരികിലുണ്ടായിരുന്നു.

"പ്രശാന്തേട്ടനു സുഖാവും..."

അവളുടെ സങ്കടം പുരണ്ട വാക്കുകൾ.

കിഴവന് വാത്സല്യത്തിന്റെ സ്പർശവുമായി ആരാണ് ഇനി വരിക?

ആ സ്ത്രീ അയാളെപ്പറ്റി പറഞ്ഞ കഥയാണ്.

നല്ലകാലത്ത് അയാൾ നല്ലപോലെ പണിയെടുത്തു കുറേ സമ്പാദിച്ചതാണത്രേ. പക്ഷേ, ഒന്നു വീണപ്പോൾ കൈ പിടിച്ചെഴുന്നേല്പിക്കാൻ അരികെ ഭാര്യയോ മക്കളോ ഉണ്ടായിരുന്നില്ല. ഭാര്യ അവിഹിതമാർഗ്ഗത്തിലായിരുന്നുവെന്ന് പറഞ്ഞുകേട്ടിട്ടുണ്ടത്രേ. നെഞ്ചുപുകഞ്ഞ് കിഴവൻ വീണനേരത്ത് അവർ ആരുടേയോ കാമക്കറ കഴുകുകയായിരുന്നു.

ഇടനാഴിയിൽനിന്ന് ആരുടേയോ നിലവിളിയുയരുന്നുണ്ട്. ഇനി മയങ്ങാനാവില്ല. ഒരു പെണ്ണിന്റെ വെപ്രാളത്തിൽ കുതിർന്ന കരച്ചിലാണത്. ഒരുപക്ഷേ, ഇന്നും ഒരാൾ...

കുറേപ്പേർ ഇടനാഴിയിൽ തലങ്ങും വിലങ്ങും ഓടുന്നുണ്ട്. ബാൻഡേജും മരുന്നുകളുമായി നഴ്സുമാരും പിറകെ. ഏറെക്കഴിഞ്ഞ് കരച്ചിലെവിടെയോ നിലച്ചു. വിജനമായ ഇടനാഴിയിലൂടെ ആരോ ഒരാൾ നടന്നുവരുന്ന കാലടിശബ്ദം.

സുശീലയാവുമോ?

എന്നാൽ കണ്ണുകൾ തുറന്നടയുന്ന ക്ഷണമാത്രയിൽ ബീഡിപ്പുകയുടെ സുതാര്യമായ മഞ്ഞുമറ വാർഡിൽ തങ്ങിനില്പുണ്ടെന്നു ഞാനറിയുന്നു. കാലൊച്ചകളുടെ പ്രതിദ്ധ്വനിയൊഴിഞ്ഞ് നിശ്ചലമായ ഒരു തടാകംപോലെ ഇടനാഴി. എല്ലാ ബെഡ്ഡിലും ശവങ്ങളെ പുതപ്പിച്ചു കിടത്തിയിരിക്കുന്നു.

ഉച്ച തെറ്റുകയും മയക്കത്തിന്റെ നിഷ്ക്രിയത്വത്തിലേക്കു പിന്നെ സന്ധ്യയെത്തുകയും ചെയ്തു. സന്ധ്യ, നിറഞ്ഞ പാതിരയിലേക്കെന്നെ വിളുച്ചുണർത്തുമ്പോൾ മുന്നിൽ വെളുത്ത കോടി പുതച്ച് ഒരാളെത്തിയിരിക്കുന്നു.

"ഒന്നു തീപ്പെട്ടി തരോ?"

നരകകാല കലണ്ടർ

ഒരിക്കൽ, ചുമരിലെ മങ്ങിയ നിറമുള്ള കലണ്ടറിന്റെ വ്യാകുലതയുമായി ഞാൻ ജോസഫിനെക്കുറിച്ചോർക്കുന്നു.

ഓരോ പുതുവർഷത്തിലും പുതിയ കലണ്ടറിന്റെ സമ്മാനപ്പൊതിയുമായി അവൻ എന്നെത്തേടി വരാറുള്ളതാണ്. അവനു പിറകെ പുതുകാലം എന്റെ മുറിയിലേക്കെഴുന്നള്ളുന്നു. ഭൂതകാലത്തിന്റെ വൃത്തികെട്ട നിഴലണിഞ്ഞ് ഒരു കുരിശിലെന്നോണം തൂങ്ങി നില്ക്കുന്ന പഴയ കലണ്ടർ ജോസഫിന്റെ സമയമറിയിക്കുന്നു. അവൻ വന്നില്ല, സമയം അതിക്രമിച്ചിട്ടും. വയ്യ, കാത്തിരിപ്പിന്റെ ഒടുക്കത്തെ മുള്ളാണിയും കാലിൽ തറയുന്നു.

എത്ര അവധാനതയോടെയാണ് ഋതുക്കളുടെ പദവിന്യാസം ഞാൻ കേട്ടിരുന്നത്! അമാവാസികളും പൗർണ്ണമികളും നിയോഗങ്ങളും ഉത്സവങ്ങളും ഉൽക്കണ്ഠകളും ദുരിതവർത്തമാനങ്ങളും മറവിയും മരണവും അവനെ പിൻപറ്റി ഒരു ഘോഷയാത്ര പോലെ എഴുന്നള്ളുന്നു. കൊച്ചു ജാലകങ്ങൾ തുറന്ന് ദിനരാത്രങ്ങൾ എന്നോടു സംവദിച്ചതും വ്യസനവും ധവളവുമായ പകൽച്ചിരിയും അഭിനയവും എനിക്കു കാട്ടിത്തന്നതും ഞാനറിയുന്നു. ഇതൊക്കെ എന്റെ വിധിവിപര്യയം തന്നെയാവണം.

ഒരനുഷ്ഠാനം പോലെ അന്നയുടെ കത്തുകൾ എന്റെ കലണ്ടറിനു മുകളിൽക്കൂടി നീല ശംഖുപുഷ്പങ്ങളുടെ പ്രണയസാന്ത്വനമായിരുന്നു.

ആദ്യ സംഭവം അമ്മയെക്കുറിച്ചുള്ളതാകുന്നു.

ചിത്തരോഗാശുപത്രിയിൽനിന്ന് ആരൊക്കെയോ ചേർന്ന് അമ്മയെ തിരികെ കൊണ്ടുവരുന്നു. ഒരുപാടുനേരം എന്റെ കൈവെള്ളയിലേക്ക് അമ്മ കണ്ണീരൊഴുക്കുന്നു. അമ്മയുടെ വാക്കുകൾ മുറിവേറ്റതായിരുന്നു. അതെല്ലാം വിദൂരമായ മറ്റേതോ ലോകത്തുനിന്നും കേൾക്കുന്നതല്ലെന്നും

നമ്മുടെയൊക്കെ കേവലമായ നിലനില്പിനെക്കുറിച്ചുള്ള പൊള്ളുന്ന വെളിപാടുതന്നെയാണെന്നും ജോസഫ് എന്നോടു മന്ത്രിക്കുന്നു.

പിന്നെ, നടപ്പാതയിലെ മൃഗതൃഷ്ണയിലേക്ക് അവൻ നീന്തിപ്പോകുന്നു.

തണുപ്പുകാലത്താണ് രണ്ടാമത്തെ സംഭവം.

ഒരു ഗ്ലാസ് കട്ടനുമായി ചേച്ചി എന്നെ വിളിച്ചുണർത്തുന്നു. സ്വപ്നങ്ങൾ വറ്റിയ മുഖത്തെ കരി തുടച്ചുകളയുമ്പോൾ ചേച്ചി, നീ ഇന്നലെയും കുടിച്ചുവെളിവുകെട്ടിരുന്നുവെന്ന് പറയുന്നു. വേവലാതിയോടെ, നിനക്കെന്താ പറ്റിയതെന്നു ചോദിക്കുന്നു. ജീവനുള്ള ഒരു വാക്കും കിട്ടാതെ ചേച്ചിയുടെ ദൃഷ്ടിയിൽനിന്നു രക്ഷപ്പെടാൻ പടിഞ്ഞാറെ ജാലകം ഞാൻ തള്ളിത്തുറക്കുന്നു. വല്ലാത്തൊരലർച്ചയോടെ ജനൽപ്പാളി താഴേക്ക് പൊളിഞ്ഞു വീഴുന്നു. മുഖം തിരിക്കെ, ചേച്ചിയുടെ നീട്ടിയ കൈയിലെ മഞ്ഞഗുളിക കാണുന്നു.

തലയ്ക്ക് വെളിവുകെട്ട് ഒരു ഭ്രാന്തനെപ്പോലെ നീ മാത്രം ഈ ഭൂമിയിലൊറ്റപ്പെടും, ജോസഫ് എനിക്കെഴുതുന്നു.

ചേച്ചി അമ്പലത്തിൽ കൊടിയേറുന്നതിന്റ തലേന്ന് ആരുടെയോ കൂടെ ഒളിച്ചോടിയത് നീ എങ്ങനെയാണറിഞ്ഞത് ജോസഫ്?

മൗനം. ഇത് അസഹ്യമാണ്, നശിച്ച നരകനിശ്ചലതപോലെ. ഞെരിഞ്ഞിൽക്കിടക്കയിൽനിന്ന് ഞാൻ ദുസ്സ്വപ്നംകണ്ട് ഞെട്ടിയുണരുന്നു. രാവോ പകലോ എന്നറിയാതെ അസ്വസ്ഥനാവുന്നു. പിന്നെയും നിതാന്ത സുഷുപ്തിയിലേക്ക് വഴുതിവീഴുന്നു. വേദന നിറഞ്ഞ പുലരിയിലേക്ക് ഇനി എന്നെ ആരാണുണർത്തുക?

വേനൽക്കാലവും അങ്ങനെ നീങ്ങിപ്പോകുന്നു. തിണ്ണയിലിരുന്നു കടങ്കഥ പറയുന്ന അച്ഛൻ ഉത്സവപ്പറമ്പിലെ തിരക്കിൽ എന്നെ ഉപേക്ഷിച്ച് ഉത്തരം തേടുന്നു. മഴ ആദ്യമായ് തകർത്തുപെയ്ത രാത്രി പേ പിടിച്ച അമ്മയുടെ പേരുവിളിച്ച് അച്ഛൻ ഉമ്മറത്തിണ്ണയിലെ നനവിൽ വീണു കിടക്കുന്നു.

അന്നയുടെ അനാവൃതമായ ദേഹം എന്റെ സ്വപ്നത്തിൽ നിറയുന്നു. ഇരുമ്പുജാലകത്തിനുമപ്പുറത്ത് അന്നയുമൊത്ത് എന്റെ ശയനം. മഴ പൊടുന്നനെ പാളിയില്ലാത്ത ജാലകത്തിലൂടെ അച്ഛന്റെ മരണവിളിയോടൊപ്പം ആർത്തലച്ചുവരുന്നു.

പ്രഭാതത്തിൽ അച്ഛന്റെ നിലച്ച ശരീരം തിണ്ണയിൽ നീക്കിക്കിടത്തുന്നു. കാറ്റ്, വെള്ളനീക്കി അച്ഛന്റെ പിത്തമുഖം വെളിപ്പെടുത്തുന്നു.

ജോസഫ്, നിന്റെ കലണ്ടറിലെ കൊല്ലുന്ന ഋതുക്കൾ തീർന്നിരിക്കുന്നു.

അവനൊന്നും അറിയുന്നില്ലെന്നോ.

ഒരു ജാലവിദ്യക്കാരനെപ്പോലെ നീളൻതൊപ്പിയും കൽശരായിയുമിട്ട് അവൻ എന്നെ കബളിപ്പിച്ചുകൊണ്ട് എവിടെയോ മറഞ്ഞുനില്ക്കുന്നു.

മഴക്കാലത്തിനു പിറകെ മഞ്ഞുകാലവും വന്നു; എന്റെ കലണ്ടറു

മായി ജോസഫ്, നീ വരാത്തതെന്ത്?

നിഷ്ക്രിയത്വത്തിന്റെ ജ്വരരാവുകളിൽ അമ്മയുടെ നിലവിളി കേൾക്കുന്നു. കൈവെള്ള ചോർന്ന് കണ്ണീരിന്റെ ചൂട് നഷ്ടപ്പെടുന്നു. തിണ്ണയിൽക്കിടന്ന് അച്ഛന്റെ കടങ്കഥ ഒരു കുരുക്കു നീട്ടുന്നു. അമർത്തിയുള്ള ചുമയുയരുന്നു. തായമ്പകയുടെ ഒരു പുലർച്ചയിലേക്ക് ചേച്ചി എന്നെ വിളിച്ചുണർത്തുന്നു. തണുത്ത ഒരു ഗ്ലാസ് കട്ടൻ നീട്ടുന്നു. അതിൽ ഒരു ഈച്ച ചത്തുകിടക്കുന്നു. ഒട്ടിയ മാറിലൊളിപ്പിച്ച ഒരു തുണ്ടുകടലാസ് ചേച്ചിയറിയാതെ നിലത്തുവീഴുന്നു. കാമത്തിന്റെ ഒരു പാളി വിറയ്ക്കുന്ന വിരലുകളോടെ ഞാൻ വലിച്ചുതുറക്കുന്നു. അന്ന എന്റെ മുഖത്തേക്ക് കാർക്കിച്ചു തുപ്പുന്നു. ഞാൻ വിഹ്വലതയോടെ എന്റെ മുൾകിടക്കയിൽ ഞെട്ടിയുണരുന്നു.

സന്ദർശകരുടെ കാല്പെരുമാറ്റം മറന്ന് എന്റെ വീട് മൂകമാവുന്നു. മാറാല മുറിയിലെമ്പാടും നിറയുന്നു. കാറ്റുകീറിയ വാഴയിലപോലെ എന്റെ മനസ്സ് നൊമ്പരപ്പെടുന്നു.

ഒടുവിൽ, മാറാല വകഞ്ഞ് ജോസഫ് എന്റെ കതകിനുമുട്ടുന്നു. സാക്ഷയില്ലാത്ത വാതിലുകൾ അവനു മുന്നിൽ മലർക്കെ തുറക്കുന്നു.

“ചങ്ങാതീ...” അവൻ വിളിക്കുന്നു.

ആരാണ് എന്റെ മുറിയിൽ പഴയ കലണ്ടറുകൾകൊണ്ട് തോരണം തൂക്കിയത്?

“ജോസഫ് എനിക്കുള്ള കലണ്ടർ തരിക.”

ഞാൻ കരഞ്ഞുപോകുന്നു.

ജോസഫ് ഒരു ഭ്രാന്തനെപ്പോലെ മുറിയിലെ തോരണങ്ങളെല്ലാം പിഴുതെറിയുന്നു. കരഞ്ഞുകലങ്ങിയ മിഴികളുമായി നിനക്കിനിയും ദുരിതങ്ങളുടെ കലണ്ടറുമായി ഞാൻ വരികയില്ലെന്നു പറയുന്നു. എനിക്കായി കൊണ്ടുവന്ന പുതിയ കലണ്ടർ അവൻ വലിച്ചു കീറുന്നു. അതിന്റെ രക്തം കൊണ്ട് അവന്റെ കൈകൾ നനയുന്നു.

കളംപാട്ട്

അബോധതയിൽനിന്നുള്ള ഉള്ളുണർവ്വുപോലെ പുള്ളുവനെത്തുകയാണ്.

നിലാവുപെയ്യുന്ന പന്തലിനുകീഴെ പഞ്ചവർണ്ണപ്പൊടികൊണ്ടെഴുതിയ നാഗയക്ഷീരൂപം. കുരുത്തോലയും പൂക്കിലയും തോരണമിട്ട യക്ഷിക്കളം. വീണയിൽനിന്നും പുള്ളുവസ്നേഹത്തിന്റെ അയഞ്ഞുണരുന്ന നാദതാളം. നേർത്ത സ്നേഹപ്രകടനത്തിനുപോലും കീഴ്പ്പെടുത്താനാവുന്നത്ര ആർദ്രതയോടെ പുള്ളുവൻ പാടുകയാണ്.

യക്ഷിക്കളം കൈയേല്ക്കുമ്പോൾ, നക്ഷത്രങ്ങൾ ചിതറുന്ന ഉടലിലാകെ മഞ്ഞൾപ്പൊടി നിറയും. പിളർന്ന നാവു ചുഴറ്റി പ്രതിഷ്ഠ വലംവെച്ച് പൂക്കിലയേന്തിയാടുന്ന നാഗങ്ങളുടെ സീല്ക്കാരമുയരും. അപ്പോഴും പുള്ളുവൻ പാടിത്തിമിർക്കുകയാണ്.

പെരുവിരലിൽനിന്ന് മൂർദ്ധാവിലേക്ക് പടരുന്ന ഒരു വിറയൽ തന്നെ കീഴ്പ്പെടുത്തുകയാണെന്ന് അപ്പോൾ പെൺകുട്ടിക്കു തോന്നി.

“അമ്മേ, നമുക്കു പോവ്വാം.” അവൾ ഉള്ളിലെ ഏങ്ങലടിയൊതുക്കാൻ പാടുപെട്ടു.

കളംപാട്ട് ചുറ്റിലും തിടം വെക്കുന്നു. ദംശനമേറ്റതുപോലെ തന്റെ ശരീരം ചുട്ടുനീറുന്നതും കളംപാട്ടിന്റെ നീർച്ചുഴിയിൽ നീന്തിത്തളർന്നൊടുങ്ങുന്നതും അവളറിഞ്ഞു.

“ന്റെ കുട്ടിക്കെന്തേ പറ്റീത്?”

അമ്മ അവളുടെ പരവേശം കണ്ട് അമ്പരന്നു നോക്കി.

“പട്ട് വഴിപാടുനേർന്ന് നീ തന്ന്യല്ലേ കളം കാണാൻ തിടുക്കം കൂട്ടിയത്?”

സ്ത്രീകൾക്കിടയിൽ അടക്കം പറച്ചിലിന്റെ ഒരലയുയർന്നു താഴ്ന്നു.

ആരൊക്കെയോ തലയുയർത്തി അവളെ നോക്കുന്നുണ്ട്.

"കുട്ടിക്കെന്താ ഒരു വല്ലായ്മ?" ആരൊക്കെയോ വിളിച്ചുചോദിച്ചു. തോനെയുള്ള മുടിയഴിഞ്ഞുലഞ്ഞ്, അമ്പലത്തറയിലേക്ക് തളർന്നിരിക്കുമ്പോൾ അവളുടെ ചകിതമിഴികളടഞ്ഞുപോയി.

കണ്ണുതുറക്കുമ്പോൾ മുന്നിൽ പുള്ളുവനില്ല.

കട്ടിലിന്നരികെ കരയാനുള്ള ഭാവത്തോടെയിരിക്കുന്ന അവളുടെ അമ്മ. പുറത്തെ നിലാവ് അപ്പോഴും അസ്തമിച്ചിരുന്നില്ല! കണ്ണാന്തളിയുടെ നേർത്ത ഗന്ധം അവിടമാകെ പരന്നിരുന്നു. പടിഞ്ഞാറെ കൽമണ്ഡപത്തിൽവെച്ച നെയ്ത്തിരി അണഞ്ഞു പോയതെപ്പോഴാണ്?

"യക്ഷിക്കളം പിണിയാള് മായ്ച്ചുകളഞ്ഞുത്രെ. ആർടെ ദേഹത്തും യക്ഷിയമ്മ കൂടീല്ലെന്ന് ശാരദ പറേണ കേട്ടു. എത്ര നേരാ പുള്ളോൻ പാടിയത്? തൊണ്ട പൊട്ടി ഒടുക്കം കളംപാട്ട് നിർത്തി..." അമ്മ പറഞ്ഞുകൊണ്ടിരുന്നു.

ക്ഷുദ്രമായ മന്ത്രങ്ങളിലേക്കാവുമോ പുള്ളുവൻ തെച്ചിപ്പൂവും നെന്മണിയും വാരിയെറിഞ്ഞത്? മായ്ച്ചുകളഞ്ഞ യക്ഷിക്കളത്തിന്നരികെ മുറിവേറ്റ മനസ്സോടെ, കോപിച്ച ദൈവങ്ങളുടെ ശാപമേറ്റുകൊണ്ട് അയാൾ പിഴയാചിക്കുകയാവും, അവൾ മനസ്സിൽ കരുതി.

മഞ്ഞിൽ, നിലാവു പെയ്യുന്ന കുരുത്തോലപ്പന്തലിൽ ചവിട്ടുക്കുഴച്ചിട്ട മണ്ണിൽ, ഒരോലക്കീറിന്റെ വാത്സല്യത്തിലമർന്ന് പുള്ളുവൻ വീണുകിടപ്പുണ്ടാകണം.

അഞ്ചുദിവസത്തെ ഉത്സവമാണ്.

പരീക്ഷ കഴിഞ്ഞ് ഹോസ്റ്റലിൽനിന്ന് തിരക്കിട്ടോടി വന്നതായിരുന്നു പെൺകുട്ടി. കുട്ടിക്കാലത്തേയുള്ള ഒരു വഴിപാട്. യക്ഷിക്കളത്തിനുള്ള കാണിക്ക കൈയിലേല്പിക്കുമ്പോൾ അച്ഛന്റെ കണ്ണ് നിറയും. പിന്നെ, പ്രായശ്ചിത്തത്തിന് പ്രായമേറുന്നുവെന്ന് സമാധാനിക്കും. കുഞ്ഞുനാളിൽ മാറാത്ത വ്യാധിയായിരുന്നല്ലോ അവൾക്ക്. ഒരുപാടുനാളത്തെ ചികിത്സകൊണ്ടൊന്നും മാറാത്ത നാഗദോഷമായിരുന്നു. കവടി നിരത്തി ദോഷം തിരിച്ചറിഞ്ഞപ്പോഴാണ് പ്രാർത്ഥനയും വഴിപാടും മുടങ്ങി കാടുപിടിച്ചുകിടന്ന നാഗത്തറയിൽ അവൾ അന്തിത്തിരി വെക്കാൻ തുടങ്ങിയത്.

പാമ്പുംമേയ്ക്കാട്ടേക്ക്, അച്ഛന്റെ കൈ പിടിച്ച് പടിപ്പുരയിറങ്ങുമ്പോൾ അമ്മയുടെ പിൻവിളി കേൾക്കാതിരിക്കാൻ പാടുപെട്ടതും 'ഗുരുകാരണവന്മാരെ നല്ലോണം മനസ്സിൽ ധ്യാനിച്ചോളൂ കുട്ടീ' എന്ന് അച്ഛൻ മന്ത്രിച്ചതും ആ ദീർഘയാത്രയുടെ പൊള്ളുന്ന ഓർമ്മകളായി അവളെന്നും കരുതിവെച്ചിരുന്നു.

കഴിഞ്ഞ ഉത്സവനാളിൽ, വിയർത്ത മുഖവും നീട്ടിവരച്ച ചന്ദനവും മുഷിഞ്ഞ മാറാപ്പുമുള്ള പുള്ളുവനെ ആദ്യമായി കാണുകയായിരുന്നു അവൾ. കാലും മുഖവും ശുദ്ധമാക്കി അച്ഛന്റെ കാൽതൊട്ട് വണങ്ങി, ദക്ഷിണയായി പഴുക്കടയ്ക്കയും ഒരു ചീന്ത് വെത്തിലയും വെള്ളിനാണയവും യക്ഷിക്കളത്തിലർപ്പിച്ച് തൊഴുതു.

കളംപാട്ടിന്റെ കൊഴുത്ത പായൽജലത്തിൽ മുങ്ങി നിവരുമ്പോൾ തീർത്ഥക്കരയിൽ നിന്നോണം അച്ഛൻ വിളിച്ചുപറഞ്ഞു കൊണ്ടേയിരുന്നു:“മുങ്ങ് മോളേ... ഇനിയും... ഇനിയും...”

“എന്തൊരൊറക്കാ നീയ്?”

പിടഞ്ഞെണീറ്റ് അവൾ പുറത്തേക്കു നോക്കി. നേരം നന്നേ വെളുത്തിരിക്കുന്നു. മഞ്ഞ്, പ്രഭാത വെയിലിൽ തങ്ങിനില്പുണ്ട്. കൽമണ്ഡപത്തിന്നരികെ കരിയിലകൾ കൂട്ടി ആരോ തീയിട്ടിരിക്കുന്നു.

ഇഴജന്തുക്കൾക്ക് ഒരു കരുണയുമില്ലാതായിരിക്കുന്നു.

“ഉച്ചയ്ക്ക് നീ അമ്പലത്തിൽ പോണ്ടാ പെണ്ണേ. സുഖംല്ലല്ലോ” അമ്മ പറഞ്ഞു.

നെടുവീർപ്പിലെന്നോണം അമ്മ തുടർന്നു: “ഇങ്ങനെയൊരുത്സവം ന്റെ ഓർമ്മേലുണ്ടായിട്ടില്ല. നാഗദോഷം തീർക്കാൻ പേരെടുത്ത തന്ത്രിയെ വരുത്തി നൂറുംപാലും നേദിച്ച് പ്രായശ്ചിത്തമായി വേണ്ടതൊക്കെ ചെയ്തതാണ്. എന്നിട്ടും...ദൈവകോപം അല്ലാതെന്താ...”

ഉച്ചനേരത്തുള്ള യക്ഷിക്കളം വരച്ചുതുടങ്ങിയിരിക്കുമോ? അവൾ ആലോചിച്ചു. മുമ്പൊക്കെ പുള്ളുവൻ കളമെഴുതുന്നതുപോയി നോക്കിയിരുന്നിട്ടുണ്ട്. ആദ്യം കരിപ്പൊടികൊണ്ടാണ് വരച്ചുതുടങ്ങുക. പിന്നെ അരിപ്പൊടി, മഞ്ഞൾപ്പൊടി, അരിപ്പൊടിയിൽ ചുണ്ണാമ്പും മഞ്ഞളും ചേർത്ത് ചുവപ്പ്, കുന്നിക്കുരുയിലയുണക്കിയുണ്ടാക്കുന്ന പച്ച.

“ചെട്ടിച്ചി നിന്നെ ചോദിച്ചൂട്ടോ.”

ശാരദ കുളിച്ചീറനായി പ്രസാദത്തിന്റെ ആലില നീട്ടിക്കൊണ്ട് അവളോട് പറഞ്ഞു. ചന്ദനവും തെച്ചിപ്പൂവിന്റെ വാടിയ ഒരിതളും. കൂട്ടുകാരിയെ ഒന്നു നോക്കിയതല്ലാതെ അവളൊന്നും മിണ്ടിയില്ല.

“നിനക്ക് സുഖംല്ലാന്ന് പറഞ്ഞിട്ടും അവര് വിശ്വസിച്ചില്ല. ദാ നിനക്ക് തന്നയച്ചതാ.”

ശാരദ, കുറേ കുപ്പിവളകളെടുത്ത് അവൾക്കു നീട്ടി അത്ഭുതത്തോടെ ചിരിച്ചു.

എല്ലാവരും ഉത്സവത്തിമിർപ്പിലാവും. വർണ്ണ ബലൂണുകളും പീപ്പികളും വളകളുമായി ഉത്സവപ്പറമ്പു നിറച്ച് ആളുകളായിരിക്കും. വള വില്ക്കുന്ന ചെട്ടിച്ചി ഇത്തവണയും അവരുടെ പതിവുസ്ഥലത്ത് ടെന്റുയർത്തിയിരുന്നു. അവരുടെ മുറുക്കാൻ കറ വീണ പ്രലോഭനത്തിൽ ആരും ആകൃഷ്ടരാവും. ശോഷിച്ച കൈത്തണ്ടയിൽ വെറും കുപ്പിവളകളാവുമ്പോൾ എത്ര പെട്ടെന്നാണ് പൊട്ടിപ്പോവുക. അവൾക്ക് സങ്കടം വന്നു.

“ഒന്നും വേണ്ട, എനിക്ക്.”

ശാരദയ്ക്കു നേരെ അവൾ വാതിൽ കൊട്ടിയടയ്ക്കുമ്പോഴും അവ്യാഖ്യേയമായ എന്തോ ഒന്ന് മനസ്സിൽക്കിടന്ന് മഥിച്ചുകൊണ്ടിരുന്നു. കൊടിയേറ്റ ദിവസം തൊട്ടേ ഭയന്നതാണ്. മിന്നായംപോലെ എന്തോ ഒന്നിഴഞ്ഞുപോയത് കാലിൽ സ്പർശിച്ചുകൊണ്ടാണ്. കൽമണ്ഡപത്തിൽ

തിരിവെച്ച് മടങ്ങുകയായിരുന്നു. അവളുടെ നിലവിളികേട്ട് ഓടിവന്ന ശാരദയും സാവിത്രിയും ഒന്നേ നോക്കിയുള്ളൂ. തിളങ്ങുന്ന ഉടൽ, ചന്ദ്രക്കലയുള്ള ശിരസ്സ്, ഒരു ഞൊടിയിടകൊണ്ട് കരിയിലകൾക്കിടയിൽ മറയുകയും ചെയ്തു. കല്പൊത്തിലൊളിച്ചെന്ന് സാവിത്രി പറഞ്ഞു. കുളപ്പടവിലിറങ്ങിപ്പോയെന്ന് ശാരദയും. ഒക്കെയും പെണ്ണിന്റെ വെറും തോന്നലാണെന്ന് അമ്മ. പിന്നെയുള്ള രാത്രികളിൽ വഴുക്കുന്നതെന്തോ കാലിൽ കെട്ടുപിണയുന്നതറിഞ്ഞ് പിടഞ്ഞെണീറ്റ് പലവട്ടം അവൾ കരഞ്ഞു.

ത്രിസന്ധ്യക്ക് തൊഴുതു മടങ്ങുമ്പോൾ ശാരദ സ്വകാര്യംപോലെ പറഞ്ഞതാണ്: കുളത്തിൽ പാമ്പിൻമുട്ടകൾ കണ്ടെന്ന്!

ഉത്സവങ്ങളും നിറമുള്ള സ്വപ്നങ്ങളും എത്ര വേഗമാണ് തന്നിൽ നിന്നകന്നുപോകുന്നതെന്ന് അവൾ വ്യാകുലപ്പെട്ടു.

നാളെ പുലർച്ചയോടെ ഉത്സവം തീരുകയാണ്.

വിരസമാകുന്ന പകലുകൾക്കും പരീക്ഷകൾക്കുമൊടുവിൽ നിലപാടുതറയിലേക്ക് മടങ്ങുന്ന ജന്മപുണ്യം. കൊടിയ ഇരുട്ടുള്ള മുറിയിലിരുന്ന് വർണ്ണങ്ങൾ മാഞ്ഞുപോകുന്ന യക്ഷിക്കളങ്ങളുടെ പൊരുളറിയാതെ അവൾ അലയുകയാണ്. അമ്പലപ്പറമ്പിലവശേഷിക്കുന്നത് പൊട്ടിയ കുറേ കുപ്പിവളകളും കളംപാട്ടിന്റെ പ്രതിദ്ധ്വനികളും മാത്രം. ഒരു ഒറ്റപ്പെടലിന്റെ കനലുമായി വെന്തുരുകുകയായി പിന്നെ. ദേഹമാകെ വിയർപ്പിൽ നനയുന്നു.

മുറ്റത്ത് മേളമുയരുന്നുണ്ട്.

അവളുണർന്നു:

അടഞ്ഞ വാതില്പാളികൾ തുറന്ന് ഇരുട്ടിലേക്കവൾ പകച്ചു നോക്കി.

തോളിലമർത്തിയ വീണയുമായി നിലാവിന്റെ പുഴതാണ്ടി മുറ്റത്ത് പുള്ളുവനെത്തിയിരുന്നു. കേട്ടുമറന്ന പഴങ്കഥയിലെ അതേ പുള്ളുവൻ. മായികമായ ഏതോ ഒരാജ്ഞയിലെന്നോണം അയാൾ വിളിച്ചപ്പോൾ അയാൾക്കരികിലേക്ക് അവൾ ഓടിയടുത്തു. മുറ്റത്ത്, തണുപ്പിന്റെ പാഴിലകളിലമർന്നിരുന്ന് പുള്ളോൻ വീണമീട്ടിപ്പാടാൻ തുടങ്ങി.

“പുള്ളോനെ...”

ദിഗന്തം പൊട്ടുമാറുച്ചത്തിലുള്ള അയാളുടെ കളംപാട്ടിൽ അവളുടെ നിലവിളി മുങ്ങിപ്പോയി.

“നിന്റെ കളംപാട്ട് നിർത്തൂ പുള്ളോനെ...”

മഞ്ഞൾമണമുള്ള അയാളുടെ വിയർത്ത മാറിലേക്ക് തളർന്നുവീഴുമ്പോൾ അവളുടെയുള്ളിൽ വിഭ്രമത്തിന്റെ പാമ്പിൻമുട്ടകളുടഞ്ഞു തകരുകയായിരുന്നു.

ഓടം

കടപ്പുറത്ത് നിറച്ചും ആളുകളായിരുന്നു.

കരയിലേക്കടുത്തുവരുന്ന ഓടങ്ങളിൽനിന്ന് വില്പനക്കാർ മത്സ്യം കുട്ടകളിലാക്കിത്തുടങ്ങി. ഓടത്തിലിരുന്നവരും മീൻ വാങ്ങുന്നവരുമൊക്കെ അടിച്ചുകയറുന്ന തിരയിൽപ്പെട്ട് വല്ലാതെ നനഞ്ഞു. ഓടത്തിൽനിന്നും വല്ലപ്പോഴും തെന്നിവീഴുന്ന മീനുകൾ പെറുക്കാൻ കുട്ടികൾ കലപില കൂട്ടി. ഓടത്തിന്റെ അമരത്തിരുന്ന പ്രായം ചെന്ന ഒരാൾ നനഞ്ഞ തോർത്തുവീശി അവരെ കലമ്പി അകറ്റുന്നുണ്ടായിരുന്നു. അപ്പോൾ ഒരു തിരകൂടി വന്ന് കുട്ടികളെ നനച്ചു. വൃത്തികെട്ട കാക്കകൾ മാനത്തു വട്ടം ചുറ്റി കരഞ്ഞാർത്തുകൊണ്ടിരുന്നു.

ആ ഓടത്തിനും വളരെയകലെ ഒരൊഴിഞ്ഞ ഭാഗത്ത് പൂഴിയിലിരുന്ന് ഉമ്പായി, ഓടങ്ങളേയും മീൻകടത്തുന്ന പെണ്ണുങ്ങളേയും ഒന്നോ രണ്ടോ മീനിനുവേണ്ടി അടികൂടുന്ന കുട്ടികളേയും മാറിമാറി നോക്കി.

അവന്റെ മനസ്സ് മങ്ങി.

അവനെ കാദറൂഞ്ഞി വിളിച്ചതാണ്, ഓടത്തിൽനിന്നളന്നു കൊടുക്കുമ്പോൾ പുറത്തേക്കു തെറിച്ചുപോകുന്ന മീനുകളെടുക്കാൻ. അവന്റെ മറ്റു കൂട്ടുകാരുമുണ്ട്. പക്ഷേ, കടപ്പുറത്തെത്തിയപ്പോൾ വരേണ്ടിയിരുന്നില്ലെന്ന് ഉമ്പായിക്ക് തോന്നി. മീൻ പൊരയിൽ കൊണ്ടുപോയിട്ട് കാര്യമൊന്നുമില്ല. ഉമ്മ തല്ലും. ഇത്താത്ത *വൈരം തുടങ്ങും. എന്നിട്ടും രാവിലെതന്നെ ഒപ്പം പഠിക്കുന്ന കാദറൂഞ്ഞി വിളിച്ചപ്പോൾ ഇറങ്ങി നടക്കുകയായിരുന്നു. ഔക്കറും പാത്തേയിയും അവരെയും മറികടന്ന് മുമ്പേ പോയി. ചൂടുപിടിച്ചു തുടങ്ങിയ പൂഴിയിലിരുന്ന് തിരയെണ്ണുമ്പോൾ കാദറൂഞ്ഞി ആദ്യമടുത്ത ഓടത്തിനരികിലേക്ക് ഓടിപ്പോയി.

---

* വൈരം - കരച്ചിൽ

കടലിലേക്കു നോക്കുമ്പോൾ കരച്ചിലും പേടിയും തോന്നി ഉമ്പായിക്ക്. ആരോ തന്റെ പേരെടുത്ത് വിളിക്കുന്നതായും ഒരോടം മുങ്ങിത്താണ് അലമുറയുയരുന്നതായും മനസ്സിലെത്തി.

കണ്ണടച്ചാൽ തിര മുറിച്ച് കരയിലേക്കാഞ്ഞ് കയറുന്ന ഉപ്പയുടെ രൂപം. ഉപ്പയുടെ ഓടക്കള്ളി നിറച്ചും മീനാണ്, മത്തി... അയില...അയക്കൂറ. കാദറൂഞ്ഞിയെപ്പോലെ കടിപിടി കൂട്ടേണ്ട. കൊണ്ടുവന്ന സഞ്ചി നിറയെ മീൻ കോരിയിട്ട് ബാപ്പ നിന്നു ചിരിക്കും.

“ബാടാ പോഗ്ഗാം” കാദറൂഞ്ഞി വിളിച്ചു.

കൈയിലെ സഞ്ചിയിൽ ഒന്നോ രണ്ടോ പൊടിമീനേ ഉണ്ടായിരുന്നുള്ളു. അതു കാട്ടി അവൻ ആരെയോ കലമ്പി. അവന്റെ കുപ്പായം നനഞ്ഞിരുന്നു.

കാദറൂഞ്ഞി പറഞ്ഞു: “സുലൈമാനിക്ക ഉണ്ടാർന്നെങ്കില്...” അവനത് മുഴുമിപ്പിച്ചില്ല. പെട്ടെന്ന് നിർത്തി ഉമ്പായിയുടെ മുഖത്തേക്ക് നോക്കി.

അവന്റെ കണ്ണുകൾ നിറഞ്ഞിരുന്നു.

ഉമ്പായി കാദറൂഞ്ഞിയെ തട്ടിമാറ്റി കടൽപ്പുറത്തുകൂടി പടിഞ്ഞാറേക്ക് നടന്നുപോയി. കാദറൂഞ്ഞി പകച്ചു നിന്നു. ഉമ്പായീ...എന്നു വിളിക്കാനായുമ്പോഴേക്ക് അവൻ വളരെ ദൂരെ നടന്നുകഴിഞ്ഞിരുന്നു.

പത്മനാഭൻ

ആ വീടിന്റെ ഉമ്മറത്തിരുന്ന് താഴ്വരയിലേക്ക് നോക്കിയാൽ പുഴ കാണാമായിരുന്നു. ഋതുക്കളുടെ ദുരന്തസ്പർശങ്ങളേല്ക്കാതെ വേന ലിലും സമൃദ്ധിയായി പുഴ ഒഴുകിയിരുന്നു. ആ ഓർമ്മ ഒരുവേള അയാ ളുടെ മനസ്സിനെ നൊമ്പരപ്പെടുത്തി.

ഇന്ന്, വേനലിൽ രക്തം നഷ്ടപ്പെട്ടുപോയ പുഴ താഴ്വരയിലെവി ടെയോ നിലച്ചിരിക്കുന്നു. അയാൾ ഭൂതകാലത്തിന്റെ പ്രളയജലം എങ്ങോട്ടോ ഒലിച്ചുപോയ പുഴയെ നോക്കി കുന്നിൻ മുകളിലെ വീട്ടിൽ വെറുതെയിരുന്നു.

ഇല്ലാത്ത ഹരിതനാമ്പുതേടി വന്ന ഒരു ശോഷിച്ച പശു അയാൾക്ക ടുത്തു നേർത്ത മരത്തണലിൽ നിന്നിരുന്നു. ഇലകളില്ലാതെ ശിഖരങ്ങൾ ഒടിഞ്ഞുതൂങ്ങിയ ഒരു മരത്തിന്റെ നിർജ്ജീവമായ തണലിലിരുന്ന് അത് അയവിറക്കിത്തുടങ്ങി. അതിന്റെ വരണ്ട മിഴികളിൽ കരുണയുടെ കുളിർ നിലാവായ് നിറഞ്ഞു വരികയാണ് പുഴ. അയാൾ ഓർത്തു. ചത്ത മത്സ്യ ത്തിന്റെ കണ്ണുകൾപോലെ കുറെ വെള്ളാരംകല്ലുകൾ മാത്രം അവശേ ഷിച്ചിരിക്കുന്ന പുഴ.

മുമ്പ് താഴ്വരയിൽനിന്ന് കുറെ കുട്ടികൾ അയാളെത്തേടി വരുമാ യിരുന്നു. വളരെ മുമ്പാണ്; മരത്തിന്റെ ചോട്ടിലിരുന്ന് അവരെ ചുറ്റുമി രുത്തി അയാൾ പലേതരം കഥകൾ പറയുമായിരുന്നു. എത്രയോ കഥ കൾ! കേട്ടാലും കേട്ടാലും മതിവരാത്ത കഥകൾ. വാത്സല്യം നിറഞ്ഞ പകലിനന്ത്യത്തിൽ അവർ താഴ്വരയിലേക്കിറങ്ങുമ്പോൾ അയാൾ വീണ്ടും കുന്നിൻമുകളിലെ വീട്ടിൽ തനിച്ചാകും. തനിച്ച് അവരുടെ തോണി പുഴയ്ക്കക്കരെ സായാഹ്നത്തോടൊപ്പമലിഞ്ഞു പോവുന്നത് നോക്കി അയാൾ കുന്നിന്റെ നെറുകയിൽ നില്ക്കുമായിരുന്നു. ഇപ്പോൾ കുട്ടികൾ അയാളെത്തേടി വരാറില്ല.

ആരും വരാറില്ല.

ഓ! അവരൊക്കെ മുതിർന്നിരിക്കുന്നു. ഇനി ആർക്ക് കഥ പറയാൻ? കഥയുടെ മാന്ത്രികച്ചെപ്പ് കിനാവിലെവിടെയോ വീണുപോയിരിക്കുന്നു. അസ്തമയം കഴിഞ്ഞപ്പോൾ അയാൾ പുഴയോരത്തു ചെന്നുനിന്നു. ഇരുട്ട് ഓളങ്ങളിളക്കി പുഴയിലെമ്പാടും അപ്പോൾ നിറഞ്ഞിരുന്നു. കറുത്തജലം നിറഞ്ഞുകിടക്കുന്ന പുഴ. അയാൾ പടവുകളിറങ്ങി.

മരണാസന്നം

വാടകമുറിയുടെ വാതിൽ തുറന്നിറങ്ങുന്നത് റോഡിലേക്കാണ്. റോഡിനുമപ്പുറത്താണ് സെമിത്തേരി. മിക്ക രാത്രികളിലും ഏതെങ്കിലുമൊരാളെ അവിടെ അടക്കം ചെയ്യപ്പെടാറുണ്ട്. ശവം മറവുചെയ്യുമ്പോഴുള്ള വിങ്ങിപ്പൊട്ടൽ എനിക്കു വ്യക്തമായി എന്നും കേൾക്കാനാവുമായിരുന്നു. വാതിൽചാരി, പരേതനുവേണ്ടി ഞാൻ മൗനമായി പ്രാർത്ഥിക്കാറുണ്ട്.

എന്റെ മുറിയിലേക്ക് ആരും കടന്നുവരാറില്ല, അഥവാ ഇനി വരാറുള്ളത് ഒരുപറ്റം വൃത്തികെട്ട കടവാതിലുകൾ മാത്രമാണ്. അവ സെമിത്തേരിയിൽനിന്നാണ്. ഇരുട്ടിയാൽ അവരിറങ്ങും. പിന്നെ എന്റെ ചുമരിൽ വന്നിടിക്കുക, കഴുക്കോലുകളിൽ കിടന്നാടുക തുടങ്ങിയ വികൃതികൾ കാട്ടിക്കൊണ്ടിരിക്കും. അപ്പോൾ, അത്താഴവും കഴിച്ച് വിളക്കൂതി മേലാസകലം കമ്പിളികൊണ്ടുമൂടി ഞാനുറങ്ങുകയാണ് പതിവ്. പരേതരുടെ വർത്തമാനം രണ്ടാംയാമത്തിലെ മണിമുഴക്കത്തോടൊപ്പം കേട്ടുതുടങ്ങുമ്പോഴാണ് ഞാനുണരുക.

പരേതർ റോഡിനോരത്തുനിന്ന് പരസ്പരം ബീഡിപ്പുക പങ്കിടുകയും പല കാര്യങ്ങളും പറഞ്ഞ് ചിരിക്കുകയുമാണ്. ആ നേരത്ത് മേശപ്പുറത്തു കരുതിവച്ചിരുന്ന മൺകൂജയെടുത്ത് തൊണ്ടയിലേക്ക് കുറെ വെള്ളമൊഴിക്കും. പക്ഷേ, ഇന്നലെ അതുമാത്രമല്ല സംഭവിച്ചത് (അങ്ങനെ ദൃഢമായി ഞാൻ സംശയിക്കുന്നു).

എന്റെ ചുമരിൽ ഒരു പാർശ്വത്ത് ഉറപ്പിച്ചിരുന്ന സ്റ്റാന്റിൽ വെള്ളികൊണ്ടുള്ള ഒരു ക്രിസ്തുവും മെഴുകുതിരിക്കാലുകളുമുണ്ടായിരുന്നു.

തനിച്ചു കഴിയുന്ന എന്റെ കൂട്ട് സത്യത്തിൽ ആ ക്രിസ്തു മാത്രമാണ്. കാരുണ്യമുള്ള പാതി തുറന്ന മിഴികളും അസാധാരണമായ പ്രകാശം വലയംചെയ്യപ്പെട്ട ശിരസ്സും അതിനുണ്ടായിരുന്നു.

ക്രിസ്തു എന്റെ സ്വന്തമായിരുന്നില്ല.

സത്യം പറഞ്ഞാൽ, ഈ മുറിയിൽ എനിക്കുമുമ്പ് പാർത്തിരുന്നവരുടേതാണ്. ഒരുപക്ഷേ, അതിനും മുമ്പുള്ളവരുടെ. സ്വന്തമല്ലെങ്കിലും എന്നും അതിനുമുന്നിൽ അല്പനേരം മുട്ടുകുത്തി പ്രാർത്ഥിച്ചിട്ടേ ഞാൻ കിടക്കാറുള്ളൂ.

ഇന്നലെയും പതിവുപോലെ പ്രാർത്ഥിച്ചതാണ്. അപ്പോൾ സെമിത്തേരിയിൽ ഒരു ശവമടക്കു കർമ്മം നടക്കുന്നുണ്ടായിരുന്നു. റോഡിൽ ആളുകളുടെ അടക്കിപ്പിടിച്ചുള്ള സംസാരവും ആരുടെയോ രഹസ്യമായുള്ള ചിരിയും ഞാൻ കേട്ടിരുന്നു. ചരമശുശ്രൂഷയിൽനിന്നുയരുന്ന കുന്തിരിക്കത്തിന്റെയും സാമ്പ്രാണിയുടെയും ഗന്ധം മുറിയിലേക്കടിച്ചു വന്നു. പിന്നെപ്പിന്നെ ആളുകളുടെ അനക്കം കുറഞ്ഞുകൊണ്ടിരുന്നു. ഒരു മെഴുകുതിരികൂടി എരിഞ്ഞു തീർന്നു.

“വർഗ്ഗീസ്”

പുറത്തുനിന്ന് ആരുടേയോ വിളി!

പ്രാർത്ഥന കഴിഞ്ഞുള്ള മയക്കത്തിൽ തോന്നിയതാവുമെന്നാണ് ആദ്യം കരുതിയത്. പക്ഷേ, രണ്ടാമതും വിളി ആവർത്തിച്ചുകേട്ടു.

ഇരുട്ടിൽ തപ്പിത്തടഞ്ഞ് ഒരു മെഴുകുതിരി കണ്ടെടുത്ത് അടച്ച വാതിലിനടുത്തുചെന്ന് ഞാനുറക്കെ ചോദിച്ചു:

“ആരാ?”

മറുപടി കേട്ടില്ല.

പുറത്ത് അകന്നുപോകുന്ന പാദപതനശബ്ദവുമില്ല. ഒരുപക്ഷേ, വാതില്ക്കൽ അക്ഷമയോടെ അയാൾ തന്നെ കാത്തുനില്ക്കുകയാവണം. ആരായിരിക്കും? എന്റെ പല്ലുകൾ പേടിയിലെന്നോണം കിടുകിടുത്തു.

ഒടുക്കം, വാതിൽ തുറന്നു നോക്കി. കൂരിരുട്ടാണ്. യാതൊരനക്കവുമില്ല. മുഖത്തേക്കടിച്ചു കയറുന്ന കരിയിലക്കാറ്റ്. ഞാൻ വ്യക്തമായി കേട്ടിരുന്നതാണല്ലോ എന്റെ പേരെടുത്തുകൊണ്ടുള്ള ആ വിളി. വാതിൽ സാക്ഷയിട്ട് തിരിച്ചുവന്ന് വീണ്ടും കിടന്നു. മെഴുകുതിരിവെട്ടത്തിൽ ചുമരിലെ ക്രിസ്തുവിനു നേരെ നോക്കിയപ്പോഴാണ് ഞാൻ അമ്പരന്നു പോയത്.

വെള്ളികൊണ്ടുള്ള മെഴുകുതിരിക്കാലുകൾ അപ്രത്യക്ഷമായിരിക്കുന്നു!

പിറ്റേന്നു രാത്രിയും സെമിത്തേരിയിൽ ഒരാളെ അടക്കം ചെയ്യുകയും ചരമശുശ്രൂഷയും കുന്തിരിക്കത്തിന്റെ മടുപ്പിക്കുന്ന ഗന്ധവും യൂദാസിന്റേതുപോലുള്ള ചിരിയും മറ്റും സംഭവിച്ചു. പിന്നെ, ഉറക്കത്തിൽ ആരുടെയോ വിളി പുറത്തുയരുകയും അനന്തരം വാതിൽ തുറന്ന് വെറും തോന്നലാണെന്നു പിറുപിറുത്തുകൊണ്ട് തിരിച്ചുവരികയും ചെയ്തു. ചുമരിലേക്കു വിളക്കുയർത്തിയപ്പോൾ ക്രിസ്തുവിനെയും കാണാനുണ്ടായിരുന്നില്ല.

വാതിൽ സാക്ഷവീണിട്ടും ഏതുവഴിയാണു കർത്താവെ നീ എന്നെയുമുപേക്ഷിച്ച് കടന്നുകളഞ്ഞത്?

ആൽബട്രോസ്

കോളൊഴിഞ്ഞിരുന്നില്ല. മണലിൽ ചിതറിയ തൂവലുകളുടെ ഇടയിൽ കുറെ പവിഴപ്പൂവുകൾ കിടന്നിരുന്നു. പിന്നെ നക്ഷത്രമത്സ്യങ്ങൾ, വെള്ളിനിറമുള്ള ചിപ്പികൾ...

പെണ്ണിന്റെ ഇളംനീല രോമങ്ങളിൽ പൊടിഞ്ഞ വെള്ളത്തുള്ളികളിൽ മഴവില്ലിന്റെ സുതാര്യമായ തിളക്കം. രക്തചരവിയാൽ കവിൾത്തടം തുടുത്തിരുന്നു. വരണ്ട ചുണ്ടുപിളർത്തി നാവു പുറത്തേക്കിട്ട് അവൾ ഉപ്പുമണലിൽ മറഞ്ഞുകിടന്നു.

ചൂടുകാറ്റ് വീശിക്കൊണ്ടിരുന്നു. കടൽത്തിരകൾ മണൽത്തിട്ടയിൽ ആഞ്ഞാഞ്ഞടിച്ചു. നനഞ്ഞു തുടങ്ങിയ പാവാടക്കീറുകൾ ദ്രവിച്ച കപ്പൽപ്പായപോലെ പാറിക്കളിച്ചു. മണലിന്റെ അതിവൃഷ്ടിയിൽ അനാവൃതമാക്കപ്പെടുന്ന അവളുടെ തുടുദേഹം. ചുട്ടുപൊള്ളുന്ന ഏതോ ഒരു നിമിഷത്തിൽ നിലവിളിയുടെ മാറ്റൊലിപോലെ പുറംകടലിൽ നങ്കൂരമിട്ട കപ്പലിൽനിന്ന് സൈറൺ ഉയർന്നുകേട്ടു. അതുവരെ വന്യവും ഭ്രാന്തവുമായ ചലനങ്ങളോടെ അവൾക്കരികെ അയാളുണ്ടായിരുന്നു. കടലിന്റെ ചൂര് ഒരോർമ്മപ്പെടുത്തലാണ്. അനാദിയായ കടലിന്റെ സ്മൃതി. പായലു പടർന്ന പഴയ കപ്പൽ നങ്കൂരമിട്ട് തന്നെ കാത്തിരിപ്പുണ്ടെന്ന വെളിപാട്.

തോൽബാഗിൽ നിന്നെടുത്ത ലോഗ് ബുക്കിൽ എന്തോ കുറിച്ചിട്ട് അയാൾ എഴുന്നേറ്റു. കാലുറയ്ക്കുന്നില്ല. ഒഴിഞ്ഞ ചിപ്പിപോലെയായിരുന്നു അയാളുടെ മനസ്സ് അപ്പോൾ.

II

കടലിന്റെ തിളങ്ങുന്ന സമചതുരത്തിൽ, ചായമടർന്ന പാമരവും

കീഴടങ്ങിയവന്റെ മഞ്ഞക്കൊടിയുമായി ഒരു കപ്പൽ വന്നടിയുന്നു. ബൈനോക്കുലർ ഉയർത്തി ആകാശത്തിന്റെ വിളർത്ത അടിവയറിൽ കണ്ണുനട്ടുകൊണ്ട് മുകൾത്തട്ടിൽ കൂടി നില്ക്കുന്ന നാവികർ. ബൈനോക്കുലറിന്റെ ഇരട്ടവൃത്തത്തിൽ ചിറകടിച്ചാർത്തെത്തുകയാണ് ആൽബട്രോസ്.

നാശം!

അയാളുരുവിട്ടു.

കടൽപ്പക്ഷികൾ പിന്നെയും വന്നുകൊണ്ടിരുന്നു, കടലിന്റെ ഇരുണ്ട ഗർഭഗൃഹത്തിൽനിന്ന്.

അത്രയും നേരം കടലിരമ്പം കാതോർത്ത് ഡെക്കിൽ അവൾ മലർന്നു കിടക്കുകയായിരുന്നു. കോള് വിട്ടൊഴിഞ്ഞ് സ്വച്ഛനീലമായ ആകാശം. തിരയിൽപ്പെട്ട് ഇടയ്ക്കിടെ ലാന്റൺകൂടിലേക്ക് വെള്ളിമീനുകൾ തെറിച്ചുവീണുകൊണ്ടിരുന്നു. ആ മത്സ്യങ്ങളെ അവൾ കടലിലേക്കുതന്നെ വലിച്ചെറിഞ്ഞു. എന്നോ മുങ്ങിപ്പോയ ഒരു ചരക്കുകപ്പലിന്റെ ജലപ്പരപ്പിൽ ഉയർന്നുകണ്ട കൊടിമരം നോക്കിയിരുന്നു കുറേനേരം. പെട്ടെന്ന് കടലിളകിത്തുടങ്ങി. ഒറ്റയാൻസ്രാവിന്റെ നീല വാലിളക്കം ദൃശ്യമായി. അവൾക്കു പേടിയായി. അവൾ കണ്ണുകളമർത്തിയടച്ചു, സാഗരനീലിമ ഒട്ടും ചോർന്നുപോകാതെ.

മുങ്ങിത്താണുപോയ നാവികരുടെ അവസാന ശ്വാസവും ഉപരിതലത്തിൽ വർണ്ണക്കുമിളകളായി ഉടയുന്ന ശബ്ദം കേൾപ്പിച്ചുകൊണ്ട് ആൽബട്രോസുകൾ ക്യാബിനുമുകളിൽ നീന്തുന്നുണ്ടെന്ന് അവൾക്കു തോന്നി.

III

ശൈത്യകാല സായാഹ്നമായിരുന്നു.

കപ്പൽ, അതിരിലൊരിടത്ത് നിർത്തിയിട്ടിരുന്ന നേരത്താണ് കടലിലേക്ക് അയാൾ എടുത്തുചാടിയത്. അവൾ ഡെക്കിൽത്തന്നെ നിന്നു. അയാളുടെ വിനീതമായ ക്ഷണം നിരസിച്ചുകൊണ്ട് അവൾ കൈ വായുവിൽ വീശിക്കൊണ്ടിരുന്നു.

ലവണത്തിന്റെ സാന്ദ്രതയിലേക്കും ദുരൂഹമായ പച്ചപ്പിലേക്കും അയാൾ നീന്തിച്ചെന്നു. കടൽക്കുതിരകൾ പാഞ്ഞുപോയി. നീളൻ സ്പർശിനികളുള്ള കൂറ്റൻ ചെടികൾക്കിടയിലൂടെ സ്വർണ്ണമത്സ്യങ്ങൾ അയാളെ മുട്ടിയുരുമ്മിക്കടന്നു. ഒരു തിര മിന്നൽപോലെ അടിത്തട്ടിലേക്കിറങ്ങി വന്നു. ഡെക്കിൽ ഭയന്ന കണ്ണുകളോടെ കടലിലേക്കുറ്റുനോക്കി അവൾ അതേ നില്പാണ്. ഒഴിഞ്ഞ റമ്മിന്റെ കുപ്പികൾ നീട്ടിയെറിഞ്ഞ് അവിടേക്ക് നാവികരെത്തി.

“അയാളെവിടെ?”

പ്രതീക്ഷിക്കാത്ത നേരത്താണ് കടലിളകിയത്. അകലെനിന്നും ഒഴു

കിയിറങ്ങുന്ന ആൽബട്രോസുകൾക്ക് ചോരനിറമായിരുന്നു അപ്പോൾ.

ക്യാബിനിൽ, രാത്രിയുടെ ഉപ്പുനീരിൽ എടുത്തെറിയപ്പെട്ടതുപോലെയായിരുന്നു അവൾ. കപ്പൽ, തിരക്കോളിൽപ്പെട്ട് ഉലഞ്ഞുകൊണ്ടേയിരുന്നു. അയാളുടെ ബലിഷ്ഠമായ കൈകളിൽ കിടന്ന് അവൾ നീന്തിത്തളർന്നു. മുലകളിലും നാഭിച്ചുഴിയിലും തുടകൾക്കിടയിലും അയാളുടെ വിരലുകൾ നീണ്ടുവന്നു. ഒരു മുറിവ്. അവളൊന്നു പിടഞ്ഞു.

എഞ്ചിൻ റൂമിലെ പതിഞ്ഞ അനക്കങ്ങൾപോലും പിടിച്ചെടുക്കുകയായിരുന്നു അയാൾ.

കടൽ, ഗ്രഹണമൗനത്തിലമർന്നു കിടന്നു. കൊടുങ്കാറ്റിനുമുമ്പുള്ള നിശ്ചലതയാണ്. ഹീറ്ററിൽ കൈ ചൂടാക്കിക്കൊണ്ടിരുന്നതല്ലാതെ അയാളൊന്നും പറഞ്ഞില്ല. ദീർഘമായ ആ മൗനത്തിനൊടുവിൽ മദ്യത്തിന്റെ ചവർപ്പുള്ള ശബ്ദത്തിൽ അയാൾ പറഞ്ഞു. നീ വരരുതായിരുന്നു. ഒരു രാത്രി ഏതെങ്കിലുമൊരു പവിഴത്തുരുത്തിലിടിച്ച് ഇത് തകരും. ഈ കടൽമാറ്റം സഹിക്കാനാവാത്തതാണ്.

മുകളിൽ നാവികരുടെ ബൂട്സുരയുന്നു.

ദൂരെ എവിടെയോ ഒരിരമ്പം രൂപപ്പെട്ടുവരുന്നുണ്ട്; പതുക്കെ എന്നാൽ ശക്തമായിട്ടായിരിക്കണം അതിന്റെ വരവ്. പുറം കടലിലെ കപ്പലുകൾക്ക് ലൈറ്റ് തെളിച്ച് മുന്നറിയിപ്പ് കൊടുക്കണം. അയാളെഴുന്നേറ്റ് മുകളിലേക്ക് കോണികയറി. പിന്നെ ആരുടെയൊക്കെയോ ആജ്ഞകളിലും ശകാരത്തിലും അയാളെ അവൾക്ക് നഷ്ടപ്പെട്ടു.

IV

രാത്രി.

അയാളുടെ ആകുലതകളുടെ ചുഴിക്കുത്തിലേക്ക് ഒരിക്കൽക്കൂടി അവൾ മുങ്ങിനിവർന്നു.

“കരയിൽനിന്നും ഏറെ അകന്ന് പാർക്കുമ്പോൾ ഒരു രസമൊക്കെ വേണ്ടേ? അതുകൊണ്ടാണ്. ഇതു കരയല്ല, കടലാണ്. കരയിലെ നിയമങ്ങളൊന്നും ഇവിടെ ബാധകമല്ല.”

അയാൾ അവളുടെ നനവുപടർന്ന കണ്ണുകളിലേക്ക് നോക്കി. കോറിഡോറിൽ ഒന്നാം കപ്പിത്താന്റെ ലക്കുകെട്ട ചിരി മുഴങ്ങുന്നുണ്ട്. വൃത്തികെട്ട കഴുകൻകണ്ണുമായി അവളുടെ ക്യാബിനരികെവരെ അയാൾ ഒരിക്കൽ വന്നതാണ്. ആ നോട്ടത്തിന്റെ ചാട്ടുളിയിൽനിന്ന് അന്നവൾ ഒരുവിധം രക്ഷപ്പെടുകയായിരുന്നു. ചില നേരങ്ങളിൽ ലാന്റൺകൂടിനരികിലിരുന്ന് കപ്പിത്താൻ പരുന്തുകൾക്ക് മാംസത്തുണ്ടുകളെറിഞ്ഞ് കൊടുക്കുന്നത് കണ്ടിട്ടുണ്ട്. അപ്പോൾ ആ കൈകളിൽ ചോര പുരണ്ടിരിക്കും.

“ഒരേയൊരു രാത്രിയെങ്കിലും നീയാ കടൽക്കിഴവന് വിരുന്നൊരുക്കുക.”

അയാൾ പറഞ്ഞു.

സുരതക്ഷീണം വിട്ടെഴുന്നേറ്റ് ഗ്ലാസിലേക്ക് വീണ്ടും മദ്യം പകർന്ന് അയാൾ അവൾക്കു നേരെ നീട്ടി. ഒരു കപ്പൽച്ചേതത്തിൽപ്പെട്ടതുപോലെ തോന്നി അവൾക്ക്. ചിയേഴ്സ് വിളികളിലും കടലിളക്കത്തിലുംപെട്ട് കപ്പൽ ഒരു പവിഴത്തുരുത്തിലിടിച്ച് തകർന്നെങ്കിലെന്ന് അവളാഗ്രഹിച്ചു. കടലിനെ അന്നാദ്യമായി അവൾ വെറുത്തു, അയാളെയും.

V

കടൽപ്പക്ഷികൾ താഴ്ന്നു താഴ്ന്നു വന്നു.

അവയുടെ ചിറകടികൾ നിറഞ്ഞ് ഡെക്കിൽ അയാൾക്ക് നില്ക്കാൻ വയ്യാതായി.

“പോകൂ... ദൂരേക്കു പോകൂ...”

അയാൾ അലറിക്കരഞ്ഞു.

തിരമാലയിൽ... ലാന്റണിൽ... ക്യാബിനു മുകളിൽ കറുത്ത ദംഷ്ട്ര കൾപോലുള്ള കൂർത്ത കൊക്കുകളുമായി പക്ഷികൾ നാവികരുടെ സൈ്വരം കെടുത്തി. കോളുകൊണ്ട ശിരസ്സുമായി അയാൾ നാവികരുടെ പേ പിടിച്ച നിഴലുകൾക്കു മീതെ ഉഴറി നടന്നു.

കടലെടുത്തുപോകുന്ന ഒരു പെണ്ണിന്റെ വിളർത്ത മുഖം ബൈനോ ക്കുലറിലെന്നപോലെ അയാൾ കണ്ടു. പിന്നെ, സർവ്വതും വിഴുങ്ങാനെ ന്നോണം അടിച്ചുകയറിയ തിരമാലയിൽപ്പെട്ട് ബൈനോക്കുലറിന്റെ ഇരട്ടവൃത്തങ്ങളുടഞ്ഞു.

വെളുത്ത ഇല

ഇരുളും വെളിച്ചവും ഇടകലർന്ന് സംഗീതമുതിർത്തിരുന്ന ആ മുറിയുടെ വാതിലിനടുത്ത് അവൻ വന്നുനിന്നു.

മെല്ലെ കതകിനു മുട്ടി.

പക്ഷേ, ആരും അതിനകത്തുണ്ടായിരുന്നില്ല.

പൊടുന്നനെ കതകു തള്ളിത്തുറന്ന് അവൻ അതിനകത്തേക്കു പ്രവേശിച്ചു. പഴകിയ മണമായിരുന്നു മുറിക്ക്. അവന് ഓക്കാനം വന്നു. ഒരു പാളി തുറന്നുകിടന്ന ജാലകത്തിലൂടെ പ്രകാശത്തിന്റെ വിളർത്ത കുഴൽ മുറിയിലേക്ക് നീണ്ടുകിടന്നു.

ഇഴ പൊട്ടിയ ചൂടിക്കട്ടിലിലിരുന്നു അവൻ കുറേനേരം. ക്ലാവുപിടിച്ച തുപ്പൽക്കോളാമ്പിയും മരക്കുരിശുമാലയും കണ്ണിൽപ്പെട്ടു. അപ്പൂപ്പന്റെ മുറിയായിരുന്നു അത്. അതോർത്തപ്പോൾ അവന് പേടി തോന്നി.

പെട്ടെന്നുതന്നെ മുറിവിട്ട് അവൻ പുറത്തുകടന്നു. വാതിലടയ്ക്കുമ്പോഴുള്ള മുഴക്കം ആ ഇടനാഴിയാകെ പ്രതിദ്ധ്വനിച്ചു. വലിയ മതിലിനപ്പുറത്തുനിന്ന് കൂട്ടുകാരുടെ വിളിയുയരുന്നുണ്ടോ? അവൻ കാതോർത്തു. പക്ഷേ, കേട്ടതെന്താണ്? ചൂടികട്ടിലിൽക്കിടന്ന് അപ്പൂപ്പൻ പിറുപിറുക്കുന്നുണ്ടെന്നും പുകയുന്ന നെഞ്ച് തടവുന്നതിനുതന്നെ വിളിക്കുന്നുണ്ടെന്നും അവനുറപ്പായി, എല്ലുന്തിയ നെഞ്ച് തടവിക്കൊടുക്കുമ്പോഴെല്ലാം അപ്പൂപ്പന്റെ മരക്കുരിശുമാല കൈയിൽ തടയാറുണ്ട്. പ്രാവിന്റേതുപോലുള്ള കുറുകൽ അപ്പൂപ്പന്റെ നെഞ്ചിൻകൂടിനകത്തുനിന്നും അവൻ കേട്ടിരുന്നു. ഒടുവിൽ കുരിശു ചുംബിച്ച് അപ്പൂപ്പൻ ഏങ്ങിയേങ്ങിക്കരയുമായിരുന്നു.

ആ കണ്ണീരിന്റെ ചൂട് മൂർദ്ധാവിലർപ്പിച്ച് അപ്പൂപ്പനുറങ്ങുംവരെ മുറിയിൽത്തന്നെ അവനുണ്ടാകും.

പിന്നെയാണ് ഇടനാഴിയിൽ നിഴലുകൾ ഇളകുന്നതറിയുക.

അങ്ങോട്ടും ഇങ്ങോട്ടും അകന്നുപോവുന്ന കാല്പെരുമാറ്റം. പുറത്ത് ഒരാൾ അവനെ കാത്ത് നില്പുണ്ട്.

"കുട്ടീ ഇങ്ങ് വാ."

അയാൾ വിളിക്കുന്നു.

അവൻ, പക്ഷേ, അയാൾക്കടുത്തേക്കു പോയില്ല. പകരം അയാളുടെ വൃത്തികെട്ട കണ്ണുകൾക്കുമുമ്പിൽ മറ്റൊരു കവാടം തുറന്ന് അതിനുള്ളിലേക്കോടിപ്പോയി, തഴുതിട്ട് ഇരുട്ടിനെ പകച്ചുനോക്കിയിരുന്നു.

ഇടനാഴിയിൽ അയാളുടെ വികൃതമായ ചിരികേട്ടു.

ചില ദിവസങ്ങളിൽ അങ്ങനെയാണ്.

ഒരിക്കലും ആ വീടിന്റെ ദുരൂഹമായ ഭാഗങ്ങളിലൊന്നും അവന് ചെന്നുകൂടാ. അപ്പോഴെല്ലാം അവരിലാരെങ്കിലും പിറകിലുണ്ടാകും. എന്നെങ്കിലുമൊരിക്കൽ ആ കന്മതിൽ കടന്ന് വെളിയിലേക്കിറങ്ങിപ്പോവണമെന്നുപോലും അവൻ തീർച്ചപ്പെടുത്തിയതാണ്!

സന്ധ്യ മയങ്ങിയിരുന്നു.

പുറത്തെ കോലാഹലമൊന്നും കേൾക്കാനില്ല.

എല്ലാ വൈകുന്നേരങ്ങളിലും അടുത്തുള്ള മൈതാനത്തുനിന്ന് കുട്ടികളുടെ ബഹളം കേൾക്കാറുണ്ട്. ഇന്നവരൊന്നും കളിക്കാനിറങ്ങിയിരിക്കില്ല. കളിക്കളം നനഞ്ഞുകിടപ്പായിരുന്നു. മഴയായിരുന്നല്ലോ തലേരാത്രി മുഴുവൻ.

"യോസഫ്—"

ആരോ വിളിച്ചു.

റാഫേലാവുമോ?

ഇല്ല; ഇനിയവൻ മതിൽചാടി മുറ്റത്തേക്ക് വരില്ല. ട്രൗസറിന്റെ പോക്കറ്റിൽ തനിക്കായി ഞാവൽപ്പഴം കൊണ്ടുവരില്ല. കൊണ്ടുവന്നാൽ അവനറിയാം അവർ ഉപദ്രവിക്കുമെന്ന്. അന്ന് കിട്ടിയ ചൂരലിന്റെ നൊമ്പരം റാഫേൽ കൈയിൽ സൂക്ഷിക്കുന്നുണ്ടാവും. കുറുനരികൾ പാർക്കുന്ന നശിച്ച ഒരു വീടാണതെന്ന് അവനപ്പോൾ തോന്നി.

മടുപ്പനുഭവപ്പെടാൻ തുടങ്ങിയപ്പോഴാണ് അപ്പൂപ്പനുണ്ടായിരുന്നുവെങ്കിലെന്ന് ഓർക്കുന്നത്.

മഴക്കാലത്തിനു തൊട്ടുമുമ്പാണ് മുറിക്കു പുറത്തിറങ്ങാനാവാത്ത വിധം അപ്പൂപ്പൻ കിടപ്പിലായത്. വിറച്ച് വിറച്ച് ഇടനാഴിയിലൊരിടത്ത് വീഴുകയായിരുന്നു; ഒരു ദിവസം.

അടഞ്ഞ മുറിയിൽ ചെന്നു നോക്കിയപ്പോൾ അതിനകത്ത് അപ്പൂപ്പനുണ്ടായിരുന്നില്ല. അവൻ ഓരോ മുറിയും അപ്പൂപ്പനെ അന്വേഷിച്ച് കയറിനോക്കി. ഇടനാഴികളും അജ്ഞാതമായ ഇരുട്ടറകളും നിറഞ്ഞ് ആ വീട് ഉത്തരം കിട്ടാത്ത ഒരു കടങ്കഥയാണെന്ന് അവനറിഞ്ഞു. ഏതോ ഒരു മുറിയിൽ അവർ അപ്പൂപ്പനെ പൂട്ടിയിരിക്കയാണ്. അവനതറിയാം. പക്ഷേ, അതെവിടെയാണെന്ന് അവന് കണ്ടുപിടിക്കാനായില്ല.

കുറേനാളത്തേക്ക് ആരും അപ്പൂപ്പനെക്കുറിച്ചു പറഞ്ഞില്ല.

രാത്രിയിൽ പിഞ്ഞിയ കമ്പിളി പുതച്ച് വേച്ചുവീണ് അപ്പൂപ്പൻ തന്നെ വിളിച്ചതായും, മഴ പെയ്ത രാത്രികളിൽ "ന്റെ യോസഫ്..." എന്ന് വിലപിക്കുന്നതായും അവൻ കേട്ടു. മരക്കുരിശു ചുംബിച്ച് അപ്പൂപ്പൻ കരയുകയാണ്. "ന്റെ ദൈവമേ..."

പുലർച്ചെ പള്ളിയിൽനിന്ന് കൂട്ടമണിയുയർന്നു. ഞായറാഴ്ചയായിരുന്നില്ല, എന്നിട്ടും...

വെളിച്ചം ശരിക്കും വീണിരുന്നില്ല. മുറ്റത്ത് കരിയിലകൾ ഒച്ച വെച്ചു. ശബ്ദമുണ്ടാക്കാതെ അവൻ കിടപ്പുമുറിയിൽ നിന്നുമെഴുന്നേറ്റ് മുറ്റത്തിറങ്ങി.

ആകാശത്ത് മഴക്കാറുണ്ട്. തറയിലെമ്പാടും മഴപ്പാറ്റകൾ ചിറകൊടിഞ്ഞ് ചിതറിക്കിടക്കുന്നു. കൊച്ചു തടാകങ്ങളിൽ ആരോ ഇറക്കിയ കടലാസുതോണികളെപ്പോലെ കരിയിലകൾ.

അപ്പോൾ മതിലിനപ്പുറത്തുനിന്ന് റാഫേലിന്റെ വിളി:

"യോസഫേ..."

റാഫേൽ കിതച്ചുകൊണ്ടടുത്തെത്തിയിരുന്നു.

ഒരു നിമിഷം അവൻ നിന്നു കിതച്ചു. വേവലാതിയോടെ വീട്ടിനുള്ളിലേക്ക് പാളി നോക്കി.

ആരുമില്ലെന്ന് ഉറപ്പുവരുത്താനെന്നോണം ചോദിച്ചു. "എവിടെ ആ ചെകുത്താന്മാര്?"

റാഫേൽ വല്ലാതെ ഭയപ്പെട്ടതുപോലുണ്ട്.

"പറയൂ റാഫേൽ എന്താ പറ്റിയത്?"

"നമ്മുടെ അപ്പൂപ്പനെ അവർ ആശുപത്രീലിട്ട് കൊന്നു യോസഫ്... പള്ളിയിൽ കിടത്തിയിട്ടുണ്ട്. അച്ചൻ പറഞ്ഞാണ് ഞാനറിഞ്ഞത്... എവിടെ അവന്മാരൊക്കെ?"

അവൻ തരിച്ചുനിന്നു.

കരിയിലകൾ ചവിട്ടിയെറിഞ്ഞ് റാഫേൽ വന്നവഴി പുറത്തേക്കു തന്നെ ഓടിപ്പോയി.

അപ്പൂപ്പൻ, എവിടെയായിരുന്നു ഇതുവരെ? ആശുപത്രിയിലാണെന്ന് ആരും പറഞ്ഞില്ലല്ലോ. അവന്റെ കണ്ണിൽ ഇരുട്ടുകയറി.

നിലവിളി ഹൃദയത്തിൽ വന്നുമുട്ടി.

പള്ളിയിൽനിന്നു വീണ്ടും മണിമുഴങ്ങി...

അവൻ മഞ്ഞച്ച ആ ചുവരുകളോടു ചോദിച്ചു. അപ്പൂപ്പനെവിടെയെന്ന്. പിന്നെ നിഴലുകൾ ഇളകുന്ന മുറികളോടും. അവയൊന്നും പറഞ്ഞില്ല. ഓരോ മുറിയും വൃഥാ തുറന്നു കിടന്നു. ഒന്നിലും പ്രകാശമുണ്ടായിരുന്നില്ല. ഒടുക്കം അടച്ചിട്ട അപ്പൂപ്പന്റെ മുറിയിലെ ചൂടിക്കട്ടിലിലിരുന്ന് അവൻ ഏങ്ങിയേങ്ങിക്കരഞ്ഞു.

ഓർമ്മയ്ക്ക് ശ്രാദ്ധം

പഴയൊരു പത്തായം തുറക്കാൻ കുഞ്ഞാപ്പു ചെറിയമ്മാവനെ സഹായിക്കുകയാണ്. പത്തായത്തിന്റെ തുരുമ്പെടുത്ത കനത്ത വലിപ്പു തുറക്കാൻ ഏറെ പ്രയാസപ്പെടേണ്ടിവരും.

സൂചിത്തുമ്പികൾ മറഞ്ഞു കഴിഞ്ഞിരുന്നു. ഉമ്മറത്ത് തൂണ് ചാരിയിരിക്കുമ്പോൾ വെയിലിന്റെ കാഠിന്യം അറിയുന്നതേയില്ല. തൊടിയിലാകെ മറവിപോലെ വിളർച്ച ബാധിച്ചിട്ടുണ്ട്. പൂക്കളില്ലാതെ, ചെടികൾ വെറുതെ കാടുപിടിച്ചു കിടക്കുന്നു.

"മൂത്ത കാരണവരുടെ കാലത്ത് ഉണ്ടാക്കിയതാ. ചീർപ്പിന് കള്ളൻ വീണുകാണും, തുരുമ്പെടുത്തു നശിച്ചൂലോ."

ചെറിയമ്മാവൻ പറഞ്ഞു.

കുഞ്ഞാപ്പു, പ്രശ്നത്തിൽനിന്നു പിന്മാറാനുള്ള ലക്ഷണമില്ല. അയാളുടെ ദേഹമാകെ പുന്നെല്ലിന്റെ പതിര് വിയർപ്പിൽ തിളങ്ങി നിന്നു.

ഭാഗംവെക്കലിന്റെ ഉഷ്ണം ഇവിടേക്കു കടന്ന് വരില്ല. അകത്തളത്തിൽ, അതൊക്കെ രാവിലെ മുതൽ തുടങ്ങിയതാണ്. പറയാനുള്ളതൊക്കെ പറഞ്ഞു തീർത്ത് അവരവർക്ക് അവകാശപ്പെട്ടതൊക്കെ കൈവശപ്പെടുത്തി ഏട്ടന്മാരും അവരുടെ ഭാര്യമാരും പലവഴിക്ക് പിരിഞ്ഞു പോകാനുള്ള ഒരുക്കത്തിലാവും.

ചൂടുള്ള ഈ ഏകാന്തതയിലിരുന്ന് തറവാട്ടിനെക്കുറിച്ച് അച്ഛൻ മുമ്പ് പറയാറുള്ള വാക്കുകളോർത്തു: "പണ്ട് ഈ മുറ്റത്ത് കുന്നുപോലെ നെല്ലും നാളികേരോം കിടന്നിരുന്നു. പിന്നെ പാട്ടക്കാരുടെ കാഴ്ചക്കുലകളും... വാല്യക്കാര് കല്പന കേൾക്കാൻ കാതും കൂർപ്പിച്ച് തളത്തിലുണ്ടായിരുന്നു. ആനേം അമ്പാരീം ഉണ്ടാർന്ന കാലം..."

"അമ്മേടത്തി, ഇങ്ങനെ ഇരുന്നാമത്യോ?"

കുട്ടനാണ്.

കായ്ഫലം വറ്റിയ മാവിന്റെ നേർത്ത തണലിൽ മാറ്റിയിട്ട കാറിന്റെ പൊടിതട്ടി നിന്നതാണവൻ. നാലുമാസം മുമ്പ് വന്നപ്പോഴും സമയം വൈകിയെന്നോർമ്മപ്പെടുത്തിയത് കുട്ടനാണ്.

അമ്മയുടെ സ്നേഹത്തിന്റെ സ്പർശം ഉണ്ടായിരുന്ന മുറിയിലിരുന്നപ്പോൾ മനസ്സ് തെല്ലൊന്നടങ്ങി. എണ്ണവറ്റിത്തുടങ്ങിയ നിലവിളക്കിൽ എണ്ണ പകർന്നു. അമ്മ, ഒരു കിനാവിലെന്നോണം തന്നെ നോക്കി കണ്ണീരൊഴുക്കുന്നുണ്ടെന്ന് തോന്നി. സ്വബോധം നഷ്ടപ്പെട്ടുപോയ ആ കണ്ണുകളിലപ്പോൾ മകളുടെ വൈധവ്യത്തിന്റെ നിഴൽ പരന്നുവോ?

"ഇപ്പൊ, വിട്ടാലേ അർദ്ധരാത്രിക്കുമുമ്പ് അങ്ങെത്തൂ അമ്മേടത്തി."

കുട്ടൻ അക്ഷമനാവുന്നു.

ഓർമ്മയില്ലാഞ്ഞിട്ടല്ല. കൂട്ടിക്കിഴിച്ച് ഇനിയും കണക്കുകൾ നിരത്താനുള്ളപ്പോൾ സാവകാശം കിട്ടാത്തതുപോല ഏങ്ങലടി ഉള്ളിലുണരും. ഈ ചുമരുകളിൽ അടയാളങ്ങളായി ആ നൊമ്പരം പതിഞ്ഞു കിടപ്പുണ്ടാകണം. കാലം, അതിന്റെ ബലിഷ്ഠവിരലുകൾകൊണ്ടൊന്നുഴിഞ്ഞ് എല്ലാ അടയാളങ്ങളെയും ഇല്ലാതാക്കുന്നു. പടിയടയ്ക്കപ്പെട്ട നിശ്ചലതയെ ബാക്കിയാക്കി.

ഒടുവിലത്തെ അടയാളകൈമാറ്റം അമ്മയുടെ ശവദാഹം കഴിഞ്ഞ് പിരിയുമ്പോഴാണ്. കരുതിവെച്ച വാക്കുകളൊന്നും ഏട്ടന്മാർക്ക് സംരക്ഷണമാകുന്നില്ലെന്നു കണ്ട് പിൻവാങ്ങുകയായിരുന്നു. കുറ്റബോധം ആരിലാണ് അലോസരമുണ്ടാക്കുന്നത്? ഭാഗം വെക്കലാണ്, നീ വരണമെന്ന് ചെറിയേട്ടൻ വന്ന് പറയുമ്പോൾ മടിച്ചതാണ് വീണ്ടും തറവാട്ടിലേക്ക് കയറാൻ.

ദഹനം കഴിഞ്ഞിട്ടും പൂമുഖത്തും തളത്തിലും ചാർച്ചക്കാർ ഒഴിഞ്ഞുപോയിട്ടില്ല. ഏട്ടന്മാരിൽനിന്ന് എന്തൊക്കെയോ കേൾക്കാനും കിട്ടാനും ഉണ്ടെന്നു കരുതി അവരൊക്കെ, നടുത്തളത്തിൽ അച്ചാലും മുച്ചാലും ഉലാത്തിക്കൊണ്ടിരിക്കുകയും ഇടയ്ക്കിടെ സ്വകാര്യം പറയുകയും ചെയ്തു. ചിലർ മുഖപരിചയമില്ലാതെ ചിരിക്കുന്നു. മുറുക്കാൻ ചെല്ലം നീക്കിവെച്ച് വെറ്റിലയിൽ ചുണ്ണാമ്പുതേച്ച് വെറുതെ പിറുപിറുക്കുന്നു. പ്രായമുള്ള സ്ത്രീകൾ കോന്തലയുയർത്തി കണ്ണുകളൊപ്പുന്നു.

"അമ്മുവേ ശ്ശി നാളായിട്ടോ കണ്ടിട്ട്. ഏക തൊണ അദ്ദേഹമായിരുന്നൂലോ... കല്യാണം കഴിഞ്ഞ രാത്ര്യന്നെ രോഗത്തില് വീണുച്ചാൽ... ശിവശിവ ഓരോരുത്തരുടെ തലവിധി..."

അദ്ദേഹത്തിന്റെ മാഹാത്മ്യം കേൾക്കാൻ അധികം നിന്നില്ല. ആർക്കും ദൃഷ്ടികൊടുക്കാതെ അകത്തളത്തിലേക്കു നടന്നു. അന്ന്, അദ്ദേഹത്തെ കാണുമ്പോൾ മുപ്പത്തഞ്ചും തെകഞ്ഞിരിപ്പാണ്. പടിഞ്ഞാറ്റിനിയിൽ അമ്മയെ സൂക്കേടായി പൂട്ടിയിട്ടത് ആരും പറഞ്ഞില്ല. ഒരുതരത്തിൽ ചതിക്കുകയായിരുന്നില്ലേ ഏട്ടന്മാർ?

സംബന്ധക്കാര്യം ചർച്ച ചെയ്യുമ്പോഴേ പൂമുഖത്തിരുന്നവരോട്

മൂത്ത ശേഖരേട്ടൻ പറഞ്ഞിരുന്നു: "അമ്മു ഇത്തറവാട്ടിന്റെ വെളക്കാ."

അതുവരെ കരിന്തിരി കത്തിപ്പടർന്ന വിളക്ക്.

ദുർബ്ബലമായ ആ കൈകളിലേക്ക് അഗ്നി ഏല്പിക്കുമ്പോൾ മുറിവേറ്റു രക്തം പൊടിഞ്ഞ ഹൃദയം ആര് കാണാൻ?

അപ്പുവേട്ടൻ ഹൈദരാബാദിൽനിന്നും വന്നിരുന്നു. തിരക്കാണെന്നു പറഞ്ഞ് അന്നുതന്നെ പോകാനുള്ള വട്ടംകൂട്ടുമ്പോൾ പറഞ്ഞു:

"അമ്മു, ഒക്കെ വിധ്യാണ്."

അദ്ദേഹത്തിന് രണ്ടാം നാൾ രോഗം മൂർച്ഛിക്കുകയും ആശുപത്രിയിൽ അഡ്മിറ്റാക്കുകയും ചെയ്തപ്പോഴാണ് ബന്ധുവീട്ടുകാർ പെണ്ണിന്റെ ജാതകദോഷം പറഞ്ഞ് രോഷം കൊണ്ടത്.

ശപിക്കപ്പെട്ടത് എന്റെ ജന്മമാണ്. ഒറ്റദിവസത്തെ സ്നേഹപ്രകടനത്തിൽ കബളിപ്പിക്കപ്പെട്ടവരുടെ സമരസപ്പെടലായിരുന്നുവല്ലോ ആ ദാമ്പത്യം.

അദ്ദേഹം പറഞ്ഞു: "അമ്മൂന് ഇഷ്ടപ്പെടില്ലെന്ന് കരുതി." പിന്നെ തുടർന്നു: "അത്ര വലിയ അസുഖമൊന്നൂല്യ. കമ്പനിക്കാര്യം നോക്കി നടത്തി രോഗം വെലയ്ക്കു വാങ്ങ്യായിരുന്നു. ചിരി വരുന്നുണ്ടാവും. കാര്യാഞാമ്പറേണത്." ഒന്നും പറഞ്ഞിരുന്നില്ല. മുകളിലോട്ട് കണ്ണയച്ച് കിടന്നു. ഒരു ഘടികാരത്തിൽ നിന്നെന്നപോലെ രണ്ടു ഹൃദയങ്ങളും ഒന്നിച്ചു മുഴങ്ങുന്നതുകേട്ട് നേരം വെളുപ്പിക്കുകയായിരുന്നു.

"അമ്മൂ"

മുന്നിൽ അനന്തേട്ടനാണ്.

കുട്ടൻ കാറിനടുത്തുനിന്ന് നീങ്ങിവന്നു. തന്നെ കണ്ടപ്പോൾ എന്തോ ഒന്ന് ഒളിപ്പിക്കാനുള്ള ശ്രമം. സിഗരറ്റാണ്. അത് മറച്ചുപിടിച്ച് ചിരിക്കുകയാണ് കുട്ടൻ.

അനന്തേട്ടന്റെ പിറകെ ചെന്നു.

നടുമുറ്റത്ത് വിശാലമായ മേശയ്ക്കിരുപുറവുമിരുന്ന ശേഖരേട്ടനും ചെറിയമ്മാവനും വിസ്തരിച്ച് എന്തൊക്കെയോ കുത്തിക്കുറിക്കുന്നുണ്ട്. അപ്പുവേട്ടൻ അല്പം മാറിനിന്ന്, ഇരിക്കപ്പൊറുതി കിട്ടാത്ത ഭാവത്തിൽ നില്ക്കുന്ന ശാരദേടത്തിയോട് എന്തോ പറയുന്നു. അപ്പുവേട്ടന്റെ മൂത്ത മകൾ അമ്മയ്ക്ക് തൊട്ടുപിന്നിലുണ്ട്. അവളുടെ കല്യാണനിശ്ചയത്തിന് പങ്കെടുക്കാഞ്ഞതിനാലാവും മുഖത്ത് വലിയ ഗൗരവം.

"സാധനങ്ങളൊക്കെ കുഞ്ഞാപ്പു കാട്ടിത്തരും കുട്ട്യേ." ശേഖരേട്ടൻ പറഞ്ഞു.

"അയാള് ടൗണിലേക്ക് പോയിര്ക്കാ. ടാക്സി പിടിക്കാൻ. അപ്പൂന് ഇന്നന്നെ മടങ്ങണോത്രേ. നിനക്കോ?" അനന്തേട്ടൻ മുഖമുയർത്തി ചോദിക്കുന്നു.

അപ്പുവേട്ടന് തിരക്കൊഴിഞ്ഞ നേരമുണ്ടായിരുന്നോ? അമ്മയെ ആശുപത്രീൽനിന്ന് മടക്കിക്കൊണ്ടുവരുമ്പോഴും അരികത്ത് അപ്പുവേട്ടൻ ഉണ്ടായിരുന്നില്ല. ശിരസ്സുപിളർന്ന് രക്തത്തിൽ കുളിച്ച് ബെഡ്ഡിൽ വിറങ്ങലിച്ച്

കിടന്ന അമ്മയെ അവസാനമായി ഒന്നുകാണാൻ കമ്പിയടിച്ചതാണ് ഹൈദരാബാദിലേക്ക്. വന്നില്ല. ഏതോ ഒരു കോൺഫറൻസ്. ബിസിനസ് ടൂർ. ശേഖരേട്ടന്റെ കൈയിലിരുന്ന് അപ്പുവേട്ടന്റെ മറുപടിക്കത്ത് വിറച്ചു. ഏട്ടൻ ഒച്ചയില്ലാതെ കരയുന്നതും കണ്ടു.

"അമ്മൂന് തെരക്കില്യാലോ?"

"ഉവ്വ്"

"കുട്ടനെ പറഞ്ഞയച്ചേക്കൂ. രണ്ടൂസം കഴിഞ്ഞ് വരാമ്പറയാം. ഇങ്ങിനെയല്ലേ എല്ലാവരുമായി കൂടിക്കഴിയാൻകഴിയൂ."

"വേണ്ട."

അനന്തേട്ടന്റെ ചോദ്യം നിലച്ചു. പിന്നെ തറപ്പിച്ചൊരു നോട്ടവും. ശാരദേടത്തിയും ശ്രദ്ധിക്കുന്നുണ്ട്. ഒച്ച പതിവിന് വിപരീതമായി ഉയർന്നതിനാലാവണം സൗദാമിനിയേടത്തിയും നീങ്ങിനിന്നു. അടക്കിയ വർത്തമാനം. കുട്ടികളുടെ ബഹളം ഉമ്മറത്തുനിന്നും കേൾക്കുന്നുണ്ട്.

ഏറെ നേരത്തെ മൗനത്തിനുശേഷം ശേഖരേട്ടന്റെ വാക്കുകളുയരുന്നു.

"അമ്മൂ അച്ഛന്റെ കാലത്ത് പട്ടണത്തിൽ പണിത ആ ഇരുനിലക്കെട്ടിടമില്ലേ? അത് ആർക്കാണെന്ന് തീർച്ചപ്പെടുത്തിയില്ലാലോ... നെനക്ക് നഗരത്തിൽ ഭർത്താവിന്റെ കമ്പനിക്കാര്യങ്ങളുമൊക്കെയായി തിരക്കാവൂന്നറിയാം. അതുകൊണ്ട് തറവാട്ടുവക കെട്ടിടം അപ്പൂന് കൊടുക്കാനാ തീർച്ചപ്പെടുത്തിയിരിക്ക്ണത്. നീ പറയ്യാച്ചാ മാറ്റാം. ഉവ്വോ?" ശേഖരേട്ടൻ മുഖത്തേക്കുറ്റുനോക്കുകയാണ്.

അപ്പുവേട്ടൻ അക്ഷമനായി ജനാലയ്ക്കരികിലേക്ക് നീങ്ങി നില്ക്കുന്നു. ശാരദേടത്തിയും സൗദാമിനിയേടത്തിയും വാതിൽപാളിക്ക് പിന്നിലേക്ക് മാറി. പറഞ്ഞാൽ അനുസരിക്കില്ലെന്ന് കരുതുമ്പോൾ തെളിയുന്ന കാർക്കശ്യമോ, അതോ ഇതേവരെ പ്രകടിപ്പിച്ചിട്ടില്ലാത്ത പെങ്ങളോടുള്ള വാത്സല്യമോ, എന്താണ് അവരുടെ മുഖത്ത്?

"അപ്പുവേട്ടന് തന്നെയായിക്കോട്ടെ ഏട്ടാ."

മനസ്സ് വായിക്കാനൊന്നും ശ്രമിച്ചില്ല. പിന്നിലെവിടെയോ ദീർഘനിശ്വാസത്തിന്റെ ഒരല. പറയാനുള്ളത് പറഞ്ഞ് നടുമുറ്റത്തുനിന്ന് ഇറയത്തേക്ക് കയറി. കാസരോഗിയോടൊപ്പം വിറ്റ് തുലയ്ക്കുകയായിരുന്നുവെന്നറിഞ്ഞ നിമിഷം മുതൽ കല്ലിൽ കൊത്തിയ അക്ഷരങ്ങൾപോലെ കരുതിവെച്ചതാണ്. എനിക്ക് എന്നെങ്കിലുമൊന്ന് ജയിച്ചുകാട്ടണമെന്ന്.

ആരേയും നോക്കിയില്ല. പറഞ്ഞു കഴിഞ്ഞപ്പോൾ ആരുടെയോ ദീർഘനിശ്വാസം കേട്ടു, പിറകിൽനിന്ന്. ഏടത്തിമാരോടൊപ്പം അത്ര ബന്ധമൊന്നുമുണ്ടായിരുന്നില്ല... മൗഢ്യം തോന്നുന്നു. പഴയതുപോലെയൊന്നുമല്ലല്ലോ, കുട്ടികളൊക്കെ മുതിർന്നുവരുന്നല്ലോ.

പകയായിരുന്നു, മുമ്പ്.

കാസരോഗിയോടൊപ്പമുള്ള വിവാഹം അവരുടെയൊക്കെ ആവശ്യമായിരുന്നത്രെ. ആ കളിയിൽ ശത്രുപക്ഷം ജയിച്ചുവോ?

"കൊച്ചുണ്ണി വന്നൂന്ന് തോന്നണു."

അപ്പുവേട്ടൻ ഉമ്മറത്തേക്ക് വന്നു.

പുറത്ത് കാറിന്റെ ഹോൺ. ഇരച്ചുകൊണ്ട് അതു നിന്നു. പിന്നെ സാധനങ്ങൾ എടുത്തുവയ്ക്കുന്ന ബഹളം. കുട്ടികളുടെ കുസൃതി.

"കൊച്ചുണ്ണി ബ്ടെ വരാ..."

ശേഖരേട്ടൻ പണിത്തിരക്കിനിടയിൽ കൊച്ചുണ്ണിയെ വിളിച്ചപ്പോൾ ശ്രദ്ധിച്ചു. കൊച്ചുണ്ണിക്കും വയസ്സായി. തറവാട്ടിലോടിനടന്നു പണിയെടുത്തും മറ്റും വയ്യാതായി. എന്നാലും ഇപ്പോഴും ഒരു ചെറുപ്പക്കാരന്റെ ഉശിരാണ്. ഇടയ്ക്കിടെ വല്ലപ്പോഴും തറവാട്ടിൽ ആളുകൾ ഒത്തുചേരുമ്പോൾ മാത്രം അയാൾ താനിന്നും ജീവിച്ചിരിക്കുന്നുവെന്ന് മറ്റുള്ളവരെ ധരിപ്പിച്ചുകൊണ്ടിരുന്നു.

"ഇപ്പോത്തന്നെ വൈകി. കുട്ടനോട് പറഞ്ഞോളൂ നാളെപ്പോവാമെന്ന്."

ശേഖരേട്ടൻ പറഞ്ഞു.

"വൈകില്ല, ഏട്ടാ. ഇന്നന്നെ പോണം."

അമ്മയുടെ മുറിയിൽ ഒന്നുകൂടിക്കയറി. കനത്ത വാതിൽ തുറന്നടഞ്ഞു. നിലവിളക്കിൽ അപ്പോഴേക്കും കരിന്തിരി കത്തി. അല്പം കൂടി എണ്ണ പകർന്നു കത്തിച്ചു. കണ്ണടച്ച് ഒരു നിമിഷം അമ്മയെ ധ്യാനിച്ച് പ്രാർത്ഥിച്ചു. ഉള്ളിൽ ഒരു കടലിരമ്പി. കുട്ടൻ സാധനങ്ങൾ അടുക്കിവയ്ക്കുകയാവും. നീണ്ട മൂന്നു നാലു മണിക്കൂർ കാറോടിക്കേണ്ടതാണ്. തറവാട്ടിലേക്ക് എന്നു പറയുമ്പോഴേ ഉത്സാഹം കാട്ടാറുള്ള അവൻ ഇത്തവണ ഉത്സാഹം പുറത്തുകാട്ടിയില്ല. വാടിയ ഒരു ചിരിചിരിച്ചുകൊണ്ട് തലയാട്ടി.

"ദാ, ഇതൊക്കെ നിനക്കുള്ളതാ കൊച്ചുണ്ണി."

ശേഖരേട്ടൻ പറയുന്നു: "ഇനി കൊല്ലത്തിലൊരിക്കൽ അമ്മേടെ ശ്രാദ്ധത്തിന് തമ്മിക്കണ്ടാലായി. എന്താ കൊച്ചുകുട്ട്യോളെപ്പോലെ കരയ്വാ താൻ?"

കൊച്ചുണ്ണി തലതാഴ്ത്തി കരയുന്നുണ്ടാവണം.

പുറത്ത്, കാറിന്റെ ഡോർ വലിച്ചടയ്ക്കുന്നതും ലീലേടത്തി ശാരദേടത്തിയോട് യാത്ര പറയുന്നതും കേട്ടതാണ്; എന്നിട്ടും മുറിയിൽ നിന്നിറങ്ങിയില്ല. ഒന്നിനും വയ്യ. വന്നവരൊക്കെ പടിയിറങ്ങിയിരിക്കും. വന്ന അന്നുമുതൽ ലീലേടത്തിയുടെ മുഖം അത്ര തെളിച്ചമുള്ളതായി കണ്ടില്ല. പഴഞ്ചൻ തറവാട്ടിലെത്ര ദെവസാ കെട്ടിക്കിടക്ക്വാ? അവർ ആരോടോ പറഞ്ഞതായി അറിയുകയും ചെയ്തു.

വേരുകളറ്റു തുടങ്ങുമ്പോൾ ആശ്വസിക്കാൻ തറവാട്ടിലെ പഴയ ദൈവങ്ങളും തുളസിത്തറയും അമ്മയുടെ നിലച്ച വാത്സല്യവും തനിക്ക് കൂട്ടിനുണ്ടാവുമോ?

"അമ്മൂ വര്വാ, പറയട്ടെ..."

ശേഖരേട്ടൻ വിളിക്കുന്നുണ്ട്.

ഇനി പറയാനുള്ളത് മുഴുവൻ ആ മുഖത്തുനോക്കി വിളിച്ചുപറയാം. തനിക്കതിന് ശക്തിയുണ്ടോ? ശിരസ്സുനിറച്ച് ശാപങ്ങളുമായിട്ടാണ് ഏട്ട ന്മാരേ ഞാനീ പടി തിരിച്ചു കയറിയത്...

ആ വലിയ കണ്ണുകളിലേക്ക് ഏറെനേരം നോക്കിയിരുന്നപ്പോൾ കോപം മഞ്ഞുപോലെ അലിഞ്ഞുപോയി. കണ്ണുകൾ നിറഞ്ഞൊഴുകി.

"നിനക്കിപ്പോ സുഖല്ലേ?"

അതിൽക്കൂടുതൽ ഏട്ടന്റെ നാവിൽ നിന്നുതിർന്നില്ല. നന്നേ വിളർ ത്തിട്ടുണ്ട്. പ്രായാധിക്യം തളർത്തിയിരിക്കുന്ന കണ്ണുകളിലെ ആഴമുള്ള തെളിച്ചം വറ്റിയിട്ടില്ലെന്നു മാത്രം.

"ഒന്നും വേണ്ടെന്ന് നീ തന്ന്യല്ലേ കുട്ടീ പറഞ്ഞത്." ശേഖരേട്ടൻ കരയുന്നുവോ?

ബന്ധങ്ങളിൽ ഇടിഞ്ഞുപൊളിഞ്ഞ ഒരു ലോകം സൃഷ്ടിക്കുന്നത് ഇവളാണെന്ന് വിളിച്ചുപറയാൻ തോന്നി. പിന്നെ, ഇടറാതെ ഇത്രയും പറഞ്ഞൊപ്പിച്ചു:

"ഇനിയും ഭാഗിക്കാൻ നമ്മുടെയൊക്കെ മനസ്സുകൾ ബാക്കിയുണ്ടോ ഏട്ടാ..."

9 789387 842465

Printed by Libri Plureos GmbH in Hamburg, Germany